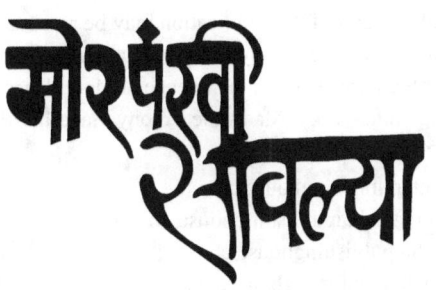

मोरपंखी सावल्या

रणजित देसाई

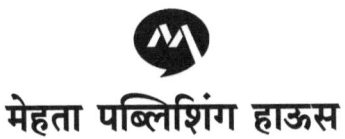

मेहता पब्लिशिंग हाऊस

- *या पुस्तकातील लेखकाची मते, घटना, वर्णने ही त्या लेखकाची असून त्याच्याशी प्रकाशक सहमत असतीलच असे नाही.*

MORPANKHI SAVALYA by RANJEET DESAI
मोरपंखी सावल्या : रणजित देसाई / कथासंग्रह

© पारू नाईक व मधुमती शिंदे

प्रकाशक : सुनील अनिल मेहता, मेहता पब्लिशिंग हाऊस,
१९४१, सदाशिव पेठ, माडीवाले कॉलनी, पुणे – ४११०३०.
अक्षरजुळणी : नंदिनी पब्लिशिंग हाऊस, शनिवार पेठ, पुणे - ४११०३०.
मुखपृष्ठ : रविमुकुल
रेखाटणे : वासंती मुझुमदार, रवींद्र मेस्त्री
प्रकाशनकाल : मार्च, १९८४ / १ ऑगस्ट, १९८८ / ऑगस्ट, १९९९ /
मे, २००४ / सप्टेंबर, २००५ / जून, २०१२

ISBN 81-7161-944-4

माझे मित्र
कै. नरहर कुरंदकर
यांच्या स्मृतीस!

ज्ञानात मिळते तेवढे परम सुख अन्य कशातही नाही.

सहा

वाचक,

या संग्रहातील कथा माझ्या आजवरच्या इतर कथांच्यापेक्षा जरा निराळ्या आहेत.
मानवविरहित, निसर्ग आणि त्या सावलीत वाढणाऱ्या या प्राणी-कथा आहेत.
या कथा कै. नरहर कुरुंदकर आणि माझे मित्र राजाभाऊ मराठे, रा. ज. देशमुख यांना
खूप आवडतात. त्यांच्या प्रोत्साहनाने मी ह्या कथा लिहीत गेलो.
त्या कथांचा संग्रह म्हणजेच 'मोरपंखी सावल्या.'

- रणजित देसाई, कोवाड

आकाशात चढलेल्या उंच, पर्णहीन वृक्षांच्या दाटीत पहाटेच्या दवातून मान उंचावून तो वृक्ष उभा होता. रात्रभर रातकिड्यांनी धरलेला अखंड नाद थांबल्यामुळे रानावर नि:स्तब्ध शांतता पसरली होती. एरवी या वेळेला रानाचा माथा दाट धुक्याच्या लाटांनी भरून जाई. आता डोंगरमाथ्यावरून हेलावत जाणारे धुक्याचे ढग थांबले होते. त्यांच्या संगतीत वावरणारा अंगबोचरा हुडहुडा नाहीसा झाला होता. आता धुकं उतरत होतं, पण अगदी चोरपावलांनी. केव्हा आलं आणि केव्हा गेलं, तेही कळत नसे. थांबलंच, तर रानाच्या एखाद्या वळचणीत तळं साचल्यासारखं थांबे आणि त्याच जागेला नाहीसं होऊन जाई.

चोरपावलांनी उतरलेल्या दवाचे थेंब फांद्यांच्या कडांवरून पायथ्याच्या पाचोळ्यावर ठिपकत होते. त्यांचा मंद, अखंड नाद रानावर उठत होता. वृक्षाच्या वरच्या फांदीवर एक पिकलं पान अजूनही फांदीला चिकटून होतं. फांदीवर साकळलेला दवाचा थेंब त्या पानाच्या देठावरून अचानक ओघळला आणि पानाच्या पन्हळीतून बुंध्याच्या पाचोळ्यावर पडला.

पिकल्या पानाचं अंग उगा आठवणीनं शहारून गेलं.

पहाटेच्या पहिल्या गार वाऱ्याबरोबर दरवळणारा, दवात भिजलेल्या पाचोळ्याचा आंबूस वास नाहीसा झाला होता. पाचोळा चरचरू लागला होता. धुकं धूसर झालं, तरी खूप दूरचं दिसू लागलं होतं. झाडाची नजर पाचोळ्यानं आच्छादलेल्या जमिनीकडं गेली. त्या पानांनीच एकदा सारं अंग माखलं होतं. ऊन डोक्यावर आलं, तरी पायापाशी किरणं पोहोचत नसत, अशी गर्द सावली झाडावरच नव्हे, साऱ्या रानावर पसरलेली असायची. कन्हेरीच्या आर्त हाकेनं पिकल्या फळांची जाणीव साऱ्या पक्ष्यांना व्हायची. नाना रंगांचे, नाना बोलींचे पक्षी अंगावर वावरताना केवढा आनंद व्हायचा! पिकलेल्या फळांचा सडा झाडाखाली पडायचा आणि ती फळं खाण्यासाठी रानजनावरं गोळा व्हायची. त्यांचा आनंद, त्यांची भांडणं पाहत दिवस-रात्र निघून जायची.

वसंत

वाऱ्याच्या झुळुकेनं झाड भानावर आलं. एक फिका धुक्याचा ढग उघड्या अंगावरून आरपार निघून गेला. डोंगरमाथा धूसर झाला, तरी अंधार रेंगाळत होता. कुठंतरी दूर वाघाची मंद गुरगुर उठली आणि त्यानंतर काही क्षणांतच झाडाखालून दोन-तीन चितळं आपल्या पाखरलेल्या कानांचे कर्णे फिरवत, अंगावरचे सोनेरी ठिपके झरझरवत, भेदरलेल्या नजरेनं आणि फुलवलेल्या नाकपुड्यांनी कानोसा घेत भरभर चढण चढून गेली. पानांची खसपससुद्धा ऐकू येईनाशी झाली. परत रानावर शांतता पसरली; पण ती फार काळ टिकली नाही. एक ठिपकेदार वाघ आरामात येत होता. शेपटी फडकावीत, आपल्याशीच गुरगुरत, आपल्या तीक्ष्ण नजरेनं रान न्याहाळीत, धिम्या पावलांनी झाडाला वळसा घालून, वृक्षांच्या बुंध्यांनी घेरलेल्या वाटेतून जंगलचढणीवर तो दिसेनासा झाला.

दरीतल्या नदीकडं गेलेली जनावरं आता आपल्या निवाऱ्याला लवकर परतू लागली होती.

पहाटेची वेळ असूनही, दवात भिजूनही हवेतला उबारा सुखवीत होता. शेजारच्या झाडावर, फांदीला घट्ट धरून एक कोंबडा पंखात तोंड खुपसून पेंगत होता. दवाचा थेंब त्याच्या मानेवर ठिबकला. त्यानं दचकून मान वर काढली. आजूबाजूला पाहिलं. काही क्षण तो तसाच बसून राहिला. पुरी जाग येताच गळ्यातल्या गळ्यात आवाज करीत त्यानं अंग फुलवलं. एक पाय लांब करून त्यानं आळस दिला आणि भर्रकन उडून तो उंच झाडावर आला. एका फांदीवरून दुसऱ्या फांदीवर फडफडत तो चढत होता. झाडाचा शेंडा गाठून त्यानं आपले निळ्या झाकेचे चितरे पंख फडफडवले. त्याच्या मानेवरचा ठिपकेदार तुरा फुलला आणि श्वास घेऊन, मान उंचावून, डोळे मिटून त्याने एक जोरदार बांग दिली. साऱ्या रानावर ती बांग घुमली. कोंबडा सारं रान न्याहाळत होता. पसरलेल्या शांततेचा कानोसा घेत होता. थोडा वेळ जाताच त्यानं आपल्या पिवळ्या पायांनी मान खाजवली आणि परत बांग दिली. बांगेचा आवाज विरायच्या आत रानातून दूर कुठूनतरी बांगेला प्रतिसाद आला. रानातून आलेल्या प्रतिसादानं कोंबड्याला आपल्या प्रतिस्पर्ध्याची जाणीव झाली. त्याच्या गळ्यातला कॉक् कॉक् असा आवाज वाढला. त्याचं अंग फुललं आणि छाती फुगवून त्यानं परत आवाज दिला. रानाच्या अनेक कोपऱ्यांतून प्रतिसाद उठू लागले.

पक्ष्यांची किलबिल सुरू झाली. रानातून धूसर प्रकाश उमटत होता. नव्या आवाजांनी रान जागं होत होतं.

कोंबडा तसाच झाडाच्या शेंड्यावर उभा होता. आवाज दिला की, आपल्या

तीक्ष्ण कानांनी आवाज टिपत होता. अचानक तो फांद्यांवरून फडफडू लागला. अर्धं झाड तो उतरला आणि अधिऱ्या मनानं त्यानं फांदीवरून सरळ खाली स्वत:ला झोकून दिलं. फडफडत, वळणं घेत पाचोळ्यावर तो अलगद उतरला आणि आपल्या नख्यांनी पाचोळा विस्कटीत तो झाडाभोवती फिरू लागला. पाचोळ्याचा निवारा करून बसलेली एक खार कोंबडा जवळ जाताच भीतीनं चिर्रकन किंचाळली आणि सरसरत झाडावर चढली. खारीच्या डोळ्यावरची झोप केव्हाच उडाली होती. झाडाच्या फांदीवर बसून ती कोंबड्याकडं रागानं पाहत होती. आपल्या पिवळ्या-काळ्या पट्ट्यांचं अंग फुलवून, गोंडेदार शेपटी उभारून तिनं आवाज दिला आणि आपली नापसंती व्यक्त केली; पण कोंबड्यानं त्याची दखलही घेतली नाही. तो पाचोळा विस्कटत होता. त्याचं लक्ष दुसऱ्याच ठिकाणी लागलं होतं. कोंबडा एकदम थांबला. आपले पंख जोरानं छातीवर फडकावीत त्यानं बांग दिली. असं दोन-तीन वेळा घडलं आणि कोंबडा परत पाला उधळू लागला. फांदीवर बसलेली खार कोंबड्याचे ते चाळे त्रस्तपणे पाहत होती.

पाला चरचरण्याचा आवाज आला. तो आवाज जवळजवळ येत होता. कोंबडा आनंदला आणि जोरजोरानं पाल्याचा आवाज करायला त्यानं सुरुवात केली. काही क्षणांतच चरत येणाऱ्या दोन-तीन कोंबड्या त्याच्या नजरेत आल्या. कोंबड्या जवळ आल्या, तरी कोंबड्यानं तिकडं पाहिलं नाही. कोंबड्याही जणू पाहिलंच नाही या थाटात चार पावलं पुढं गेल्या. कोंबड्याचा उद्योग एकदम थांबला. त्यानं गळ्यात नापसंती व्यक्त केली. कोंबड्यांची पावलं रेंगाळली. कोंबडा धिटाईनं पुढं झाला आणि आपला एकच पंख पसरून, तो जमिनीला घासत त्यानं कोंबडीला वळसा घातला. कोंबडीची मान लवलवली आणि कॉक्कन् आवाज करून ती धावत सुटली. पाठोपाठ कोंबडा धावला. मागच्या कोंबड्या धावल्या. मागच्या कोंबड्या ती गेल्या वाटेनं निघून गेल्या.

खारीनं बसल्या जागी नि:श्वास सोडला. दोन पायांवर बसून आपल्या पुढच्या पायांनी कान खाजवीत, तोंड पुसत तिनं मोठी जांभई दिली. चिर्र्र् चिक् असा आवाज करून तिनं शेपटी फडकावली आणि झाडांच्या उघड्या फांद्यांवरून सरसरत तिनं झाडाचा शेंडा गाठला.

रानावर उजेड फाकला होता. सारं रान पाखरांच्या आवाजांनी भरून गेलं होतं.

कुठूनतरी अवचित वारं आलं, रानात घोटाळलं आणि झाडांना वळसे देत निघून गेलं. खारीच्या अंगावर काटा शिरशिरला. त्या वाऱ्यानं दिलेल्या धक्क्यानं झाडावरच्या एकुलत्या एक पानाचा आधार सुटला आणि फांद्यांना

अडखळत, चकरा घेत ते पाचोळ्यावर पडलं. राखी पाचोळ्यावर पडलेलं ते पिवळं पान उठून दिसत होतं. पानपडल्या जागेकडं खार निश्चल पाहत होती. ती भानावर आली, तेव्हा सूर्याचे पहिले, कोवळे किरण रानावर पसरत होते. खारीनं मोठ्यानं चीत्कार केला आणि ती खालच्या फांदीवर आली. फांदीवरून धावत असता एकदम थबकली. तिची नजर फांदीवर जडली होती. जिथून पान गळून पडलं होतं, त्या जागी एक पोपटी, टपोरा, कोवळा कोंब दिमाखात उभा होता. बसल्याजागी खारीचे डोळे विस्फारले गेले. तिनं आनंदानं आवाज दिला. त्या कोंबाला स्पर्श करण्याचंही तिला भान राहिलं नाही. आनंदानं बेभान होऊन आवाज देत झाडाच्या फांद्यांवरून ती धावत सुटली. तो आवाज ऐकून झाडाच्या ढोलींतून, पाला-पाचोळ्यातून विसावलेल्या खारी सावध झाल्या आणि काही क्षणांतच साऱ्या झाडांवरून आनंदानं चिरकत धावणाऱ्या खारी दिसू लागल्या.

रानावर किरणं फाकली होती. आता वसंत आला होता!

/

भर दुपारी रानातल्या पिकल्या उंबरावर ते माकड बसून होतं. उंबरं खाऊन त्याचं पोट भरलं होतं. सारी माकडे झाडाच्या शेंड्यावर उन्हात अंग शेकत बसली होती. हुप्या एका झाडाच्या शेंड्यावर बसून साऱ्यांच्यावर नजर ठेवत होता. माद्या त्याच्या आजूबाजूला निरनिराळ्या उद्योगात मग्न झाल्या होत्या. झाडाच्या दुसऱ्या भागात तरुण नर सापडेल तो उंबर, उंबरपानांची फळं तोंडात चघळत बसले होते. त्यांचं लक्ष वारंवार हुप्याकडे जात होतं. एखादा नर जरी माद्यांच्या बाजूला सरकला, तरी हुप्प्या दात विचकत होता. त्याच्या भुवया विस्फरल्या जात होत्या. काही लेकुरवाळ्या माद्या आपल्या पोरांच्यासह झाडाखाली उतरल्या होत्या. लहान बच्चे आईची शेपूट धरून बारकी फळे चाबडीत होते.

ते माकड हे सारं शांतपणे पाहत होतं. बगला खाजवीत बसून होतं. अचानक खालच्या माकडांनी चीत्कार केला. साऱ्यांचे डोळे खाली लागले. पोरं पटकन आयांच्या पोटाला बिलगली आणि आया झाडावर झेपावल्या. डोळे ताणून सारी बघत होती.

दोन-तीन चितळं चरत तिथे आली. खाली पडलेली उंबरं ती खाऊ लागली. तणावलेली माकडांची अंगं सैल पडली. माद्या परत खाली उतरल्या. मोठी पिलं आयांना सोडून चितळांच्याकडे गेली. चितळ धावले की, ती झाडाकडे पळत होती. परत खाली उतरत होती. एक नर याचा फायदा घेऊन हळूच झाडाखाली उतरला. माद्या त्याच्याकडे पाहत होत्या. एक मादी सरसरत खाली उतरली आणि हुप्याने संतापाचा हुंकार दिला. साऱ्या जंगलावर तो घुमला. खाली उतरलेला नर गडबडीने आपल्या पूर्वस्थळी गेला आणि कारण नसता इतरांवर दात विचकू लागला.

खाली उतरलेली मादी काही झालेच नाही अशा अविर्भावात बसून राहिली. चितळं मनसोक्त चरत होती. त्याच वेळी एका नराने कान टवकारले. त्याचे पाखरलेले कान फिरू लागले. आपली शिंगं पाठीला भिडवून, नाकपुड्या

जिज्ञासा

रुंदावून डांगळाने वास घेतला. 'मॅक्' असा आवाज करून तो उधळला. पाठोपाठ माद्या उधळल्या.

चरणाऱ्या माकडांनी केव्हाच झाडाचे शेंडे गाठले होते. हे सारं पाहत बसलेल्या, आळसावलेल्या माकडाने गडबडीने शेंडा गाठला. हुप्याने परत हुंकार दिला. रानावर शांतता पसरली. ते माकड आपल्या कुतूहलपूर्ण नजरेनं चारी बाजूंना बघत होतं; आणि त्याच्या नजरेत प्रथम ते आलं! नकळत त्याचे दात विचकले गेले.

वडाच्या झाडाजवळच्या झुडपातून वाघ येत होता. पिवळे-काळे पट्टे अंगावर तळपत होते. शेपटी दमदारपणे हेलकावे घेत होती. वाघाचं दर्शन होताच माकडानं जोरानं चीत्कार केला. साऱ्यांची नजर झुडपाकडे वळली. फार वेळ वाट पाहावी लागली नाही. दुसऱ्याच क्षणी वाघ झुडपातून बाहेर आला. त्याने आपली नजर झाडावरून फिरवली. त्या नजरेबरोबर झाडावर एकच गोंधळ झाला. सारं रान माकडांच्या चीत्कारांनी आणि हुप्यांच्या हुंकारांनी भरून गेलं. या फांदीवरून त्या फांदीवर उड्या मारीत माकडे ओरडत होती.

झाडावर चाललेला कोलाहल वाघ शांतपणे ऐकत होता. आपली भेदक नजर टाकत होता. मिशा पिंजारून गुरकत होता. वाघाने जमीन हुंगली. हुंगत हुंगत तो बुंध्यापाशी आला. आणि तो मुतला. मुताचा उग्र वास दरवळला. वाघाने परत एक वेळ झाडावर नजर टाकली आणि वाघ चालू लागला. वाघ दिसेनासा झाला.

चीत्कारणारी माकडं एकदम थांबली. वाघ गेला त्या दिशेला सारी पाहत होती.

वाघ गेला कुठे? कुठे गेला हा वाघ?

त्या माकडानं दुसऱ्या झाडावर उडी घेतली. पाठोपाठ बाकीचे नर झेपावले. माद्या पिलांना सावरीत धावल्या. हुप्याने अलगद उडी घेतली. वाघ नजरेत येत नव्हता. माकडं झाडांच्या शेंड्यांवरून जात होती.

कुठे गेला वाघ? कशासाठी? काय करणार?

आणि परत वाघ दिसला. माकडांचा ओरड उठला. संतापानं वाघानं डरकाळी दिली. माकडांच्या जिवाचं पाणी झालं. अंगात कापरा भरला. झाडांचे शेंडे घट्ट पकडून दात विचकत ती बसून राहिली. शेपटी फडकावीत वाघ निघून गेला.

वाघ का ओरडला? कशासाठी?

माकडं झाडांच्या शेंड्यांवरून जात होती. खालून जाणाऱ्या वाघाला पाहत होती. वाघालाही ते सरावाचं झालं होतं. तो सावकाश जात होता. माकडांची भीती वाढत होती. वाघावरची नजर सुटत नव्हती.

वाघाच्या मनात आहे तरी काय?

दिवस मावळायला आला, तरी वाघ शांतपणे चालतच होता. पोरांचं ओझं

सावरीत धावलेल्या माद्या थकल्या होत्या. हुप्याचे केस फुलले होते. वाघ पठाराजवळच्या वडाजवळ आला. वडाचं झाड डेरेदार, मोठं होतं. अनेक पारंब्यांनी सजलं होतं.

वडाची फळं खाण्यात गुंतलेली डुकरं वाघ येताच पसार झाली. वाघ वास घेत होता. तो सरळ झाडाखाली गेला आणि त्याने अंग पसरलं. वडाच्या झाडावरून माकडं पाहत होती. वाघ शांतपणे आपल्या जिभेनं अंग साफ करीत होता.

पण वाघ इथे का बसला? पुढे का जात नाही?

रानावर रात्र पसरू लागली, तरी माकडांचा चीत्कार चालूच होता. वाघाचे पिवळे पट्टे अंधूक होऊ लागले. पोटाचा पांढरा पट्टा तेवढा दिसत होता. हळूहळू तोही अंधारात लुप्त झाला. चंद्राचं फिकट चांदणं फाकू लागलं. त्यात वाघाचं धापणारं पोट दिसत होतं. दिवसभर ओरडून, फांद्यांवरून झेपावून माकडे पुरी दमली होती. वाघाकडे बघत असतानाच त्यांचे डोळे बसल्या जागी मिटू लागले. जंगलावरून जाणाऱ्या घुबडा-वाघळांची फडफड ऐकू येत होती. केव्हातरी रानात उठलेला घुबडाचा घूत्कार जंगलावर घुमत होता. रात्र वाढत होती. बसल्या जागी माकडे झोपी गेली होती. मनातला वाघ दडत होता. थकलेल्या माकडानं कष्टानं डोळे उघडले. वाघाचं वरखाली होणारं पोट दिसत होतं. माकडानं परत डोळे मिटले.

वाघपण झोपला असेल का?

जोरात फोडलेल्या डरकाळीनं एकाएकी सारं रान थरारून गेलं. झोपलेली माकडं दचकून जागी झाली. अनेक माकडं तोल जाऊन बदाबद खाली पडली. वाघाची गुरगुर उठली. अंतकाळच्या वेदनेने उठलेला चीत्कार झाडाखालून उठला. वाघ पंजे आपटत होता. झाडाखाली धडपड वाढली होती.

एकदम दचकून जाग्या झालेल्या माकडाने तोल सावरण्याचा प्रयत्न केला, पण आधार मिळाला नाही. त्याच्या तोंडून एक चीत्कार बाहेर पडला. वेगानं जमिनीकडे जात असता त्याचे हात आधार शोधत होते. अचानक हाताला फांदी लागली. ती त्यानं घट्ट पकडली.

सारं रान हेलकावे घेत होतं. वाघाचं गुरगुरणं आणि माकडांचा कोलाहल यानं त्याचे कान भरून गेले. कापऱ्या अंगानं, सापडलेल्या फांदीला बिलगून ते माकड पाहत होतं. वाघ काहीतरी चाबडत होता. त्याच्या दातात हाडं फुटत होती. शेपटी बडवल्याचा आवाज येत होता. माकडाला ते दृश्य दिसलं. वाघ

फार जवळ होता, हे त्याच्या लक्षात आलं. त्यांन आपला पाय लांब केला. आणि तो पाय जमिनीला लागला.

जमिनीचा स्पर्श होताच माकडाचे डोळे विस्फारले गेले. जमीन का हलत होती, हे त्याच्या ध्यानी आलं. हाती आलेली फांदी नसून पारंबी आहे आणि आपण जवळजवळ जमिनीवरच आहोत, हे ध्यानी येताच सारं बळ पणाला लावून माकड झेपावलं. त्यानं फांदी गाठली आणि मोठा चीत्कार केला. फांदीला बिलगून ते धापत होतं. सारी माकडं तशीच फांद्यांना बिलगून धापत होती. खालचा आवाज ऐकत होती. भीतीनं राहून राहून चीत्कारत होती.

वाघ कुठेच दिसत नव्हता.

परत रानावर शांतता पसरली. माकड फांदी घट्ट धरून झोपी गेलं. मधूनमधून ते जागं होई आणि परत झोपी जाई.

पहाटेला रानकोंबड्यानं बांग दिली. रानातले इतर कोंबडे त्याला साथ देऊ लागले. उजाडू लागलं. रानावर उजेड फाकू लागला. माकडाने डोळे उघडले. एक दीर्घ जांभई दिली. ते एकदम गप्प झालं. अंगावर भीतीचा कापरा उठला. वाघ आठवला. माकडानं डोळे विस्फारून जमिनीकडं पाहिलं. नजर फिरता फिरता एके ठिकाणी स्थिर झाली. फिक्या उजेडात रक्ताचं थारोळे दिसत होतं. तुटलेला एक पाय दिसत होता.

भीतीने माकड जोरानं किंचाळलं. सारी माकडं पुरी जागी झाली. साऱ्यांची नजर जमिनीवर खिळली आणि क्षणात माकडांच्या आवाजानं झाड भरून गेलं.

ते माकड अजूनही थरथरत होतं. दात विचकत आजूबाजूला बघत होतं.

वाघ! कुठे आहे वाघ?

माकडाचे डोळे स्थिरावले. शेजारच्या जाळीत विसावलेला वाघ माकडांच्या ओरडण्यानं जागा झाला होता. अंग तणावून तो उभा राहिला. माकडानं मोठ्यानं चीत्कार केला. साऱ्यांची नजर वाघावर खिळली आणि परत माकडांचं ओरडणं उठलं. फांद्यांवरून उड्या मारीत, भीतीनं थरथरत माकडं दात विचकत होती.

वाघानं झाडावरून नजर फिरवली आणि तो चालू लागला. वाघ दिसेनासा झाला. माकड ते पाहत होतं. एकदम सारं शांत झालं.

वाघ गेला कुठं? काय करणार?

त्या माकडानं चीत्कार करून दुसऱ्या झाडावर झेप घेतली. त्याच्या पाठोपाठ भीतीनं भारलेली माकडं वाघ कुठे निघाला, काय करतो हे पाहण्यासाठी झेपावली.

/

निळ्याभोर आकाशातून एक पांढरा ढग कापूस पिंजत जात होता. भर दुपारच्या सूर्याच्या दाहात सारी पृथ्वी होरपळत होती. काळ्याभोर, मोकळ्या शिवारातल्या बाभळी बांधाकडेने उसासे सोडत उभ्या होत्या. नदीचे पात्र कोरडे पडले होते. रुंद पात्रातली वाळू रणरणत्या उन्हात तडकत होती. नदीच्या दोन्ही काठच्या घळींना तडे गेले होते. नदीकाठावर सदैव हिरवीगार दिसणारी शेरनटीची झुडपे वाळल्या काड्यांनिशी जीव धरून राहिली होती. काठावरच्या बच्यांच्या झाडांवर पिवळी सावली उमटली होती. नदीपात्राचा वळणे घेत गेलेला तांबडा पट्टा काळ्या शिवारात नजरेत भरत होता. अधूनमधून पाण्याच्या कोंडी पात्राचा ओलावा टिकवत होत्या. पाण्यासाठी नदीपात्रात मारलेले खळगे आतल्या ओलाव्याची साक्ष देत होते.

सूर्य पश्चिमेकडे झुकत असता पूर्वेला ढगांच्या गवळणी उठल्या. वाऱ्याची झुळूकही सळसळत नव्हती. हळूहळू उंचावणाऱ्या गवळणींनी पूर्व क्षितिज व्यापले. गवळणी काळ्याभोर पडद्याआड लपल्या. पूर्व क्षितिजावर काळ्याभोर ढगांची फळी धरली. ती फळी आकाशात चढत होती. संतापाने घुमत होती. संध्याकाळ व्हायच्या आधीच अंधारून आले होते. उगवतीची गार झुळूक तापल्या जमिनीवरून सरारत गेली. सुकलेले झाडांचे शेंडे तेवढ्या गारव्यानेही डोलले आणि डोळे दिपवणारी वीज कडाडत खाली उतरली. पावसाचा पडदा विजांचा आदब घेत पुढे सरकत होता. टपोरे थेंब नदीच्या पात्रावर पडत होते. येणारा थेंब तापल्या वाळूत घरे करीत होता. जागच्याजागी सुकत होता.

थेंबापाठोपाठ सरी कोसळू लागल्या. उभ्या पावसात नदीचे पात्र भिजत होते. उन्हात सुकलेली वाळू पडत्या पाण्यात काळीभोर बनत होती. पडेल ते पाणी पचवीत होती. वाऱ्याच्या झोतांत सारी झाडे सळसळत होती. पाऊस बराच वेळ पडत होता. शिवारातील नाल्या-ओढ्यांतून तांबड्याभोर पाण्याचे लोट येईल तो पालापाचोळा घेऊन पुढे धावत होते. नदीपात्रात ते पाणलोट

वाहिनी

येत होते.

पाऊस हळूहळू कमी झाला. सूर्याचे किरण परत धरतीवर फाकले. मातीच्या सुगंधाने सारी भूमी दरवळत होती. नदीपात्रातून वाहणारा तो पाणलोट उतार शोधत, कमी कमी होत पुढे सरकत होता. नदीपात्रात साचलेली डबकी त्या पाण्याने थोडी मोठी झाली. नदीचे भिजलेले पात्र अधिक भकास वाटत होते. काठावरच्या झाडांच्या शेंड्यावर भिजली अंगे साफ करीत बसलेला बगळ्यांचा थवा पिवळ्या उन्हात त्या नदीपात्रात उतरला. तो नदीपात्रात चरत फिरत होता. त्या वर्दळीने नदीचे सुकले मन जरा सुखावले.

असे दोन-चार वळीव येऊन गेले. नदीच्या डोहांना डबक्यांचे रूप आले. नदीकाठावरच्या पिवळ्या कुरणांना हिरवी झालर आली. सारा उन्हाळाभर आपली बिळे बुजवून घेऊन बसलेले खेकडे बिळे मोकळी करून बाहेर डोकावू लागले. पूर्वेचा वारा थांबला आणि पश्चिमेच्या गार वाऱ्याची लाट नदीपात्रावर खेळू लागली. निरभ्र आकाशातून काळ्या ढगांच्या दिंड्या पूर्वेकडे जाऊ लागल्या. नदीपात्रात विस्कटलेल्या काड्या गोळा करून कावळे, बगळे झाडावर घरटी बांधू लागले.

पश्चिमेचे वारे अखंड वाहत होते. हळूहळू आकाशात ढगांची दाटी होत होती. ढगांची रास पूर्वेला थबकली. सारे आकाश ढगांनी भरून गेले आणि एके रात्री पावसाने मुहूर्त केला. रात्रभर पावासाच्या धारा नदीपात्रातल्या वाळूवर सरसरत होत्या. पहाटेला पाऊस थांबला.

ढगातून वाट काढत सूर्यकिरणे कशीबशी जमिनीवर पोहोचली. नदीकाठचे गवत त्या किरणांत चमकत होते. नदीच्या ढेगशीवर असलेल्या घळणातून एक कोल्हा बाहेर आला. आपली शेपटी फडकावीत तो नदीकाठापासून दूर जात होता. एका पायावर उभी राहून गवतात पेंगत असलेली टिटवी कोल्ह्याला पाहून 'टिट्यँव' करून ओरडली. पंख पसरून नदीवरून केकाटत गेली.

वाढत्या पावसाबरोबर शिवारातील चारही बाजूंनी पाण्याचे लोट नदीकडे धावू लागले. नदीचे तांबडे पाणी पालापाचोळा गोळा करीत पात्रातून पुढे सरकत होते. नदीकाठाची म्हातारी माणसे नदीच्या स्वागताला नदीकडे येत होती. नदीची ओटी भरली जात होती. तांबड्या पाण्यात पडणारे नारळ गोळा करण्यासाठी मुले त्यात डुंबत होती.

नदीचे पात्र व्यापून नदी धावत होती. हळूहळू पाणी चढत होते. पडणाऱ्या पावसाच्या लाह्या त्या पाण्यावर अखंड उठत होत्या. हवेतला उबारा केव्हाच

सरला होता. अंगबोचरा गार वारा रोरावत जात होता. त्या वाऱ्याच्या सोबतीने पावसाने अखंड झड धरली. काठोकाठ भरलेले ओढेनाले फेसाळत येऊन नदीला मिळत होते. नदीचे पाणी पात्रात मावेनासे झाले. नदीकाठच्या सखल भागात पाणी पसरू लागले. बेडक्यांची पिले शिवारातल्या गवतावरून उड्या घेऊ लागली. नदीला मर्यादेत ठेवण्याचे सामर्थ्य आता पात्रात राहिले नव्हते. वाऱ्यावादळाच्या नादावर ती मन मानेल तिकडे हात पसरत होती. नदीचे पात्र ओळखू येईनासे झाले. बघावे तिकडे तांबडंभोर पाणी पसरले! नदीच्या या रुद्र रूपाची भीती न बाळगता आजवर त्याच ओघात खंबीरपणे उभे राहिलेले वृक्ष मुळासकट उचलले गेले. हातावर पोर खेळवावे, तसे त्या वृक्षांना खेळवत नदी हसत होती.

घोंघावणारा वारा मंदावला. आकाशातल्या ढगांच्या छपरीला शिरा पडल्या. नदी भानावर आली. तिच्या मनाने मनसोक्त खेळ खेळला होता. भानावर येऊन नदीने आजूबाजूला पाहिले. आपल्या विशाल रूपाला तिने आवर घालण्याचे ठरवले. प्रमत्त यौवनेने आपले वस्त्र त्वरेने गुंडाळून घ्यावे, तसे पसरलेले पाणी नदीने आपल्या अंगाभोवती लपेटून घेतले. मर्यादा जाणून नदी तुडुंब भरून वाहत होती.

नदीचा अहंकार सरला होता. वाऱ्याबरोबर सळसळणारे हिरवे काठ पाहत ती शांत होत होती. तिच्या गुलाबी नजरेला निळे गहिरेपण लाभत होते. मनाच्या खोल डोहात मात्र असंख्य मासोळ्या सळसळत होत्या.

आता नदी खऱ्या अर्थाने वाहिनी बनली होती.

उंच डोंगरमाथ्यावर काळाकभिन्न कडा आकाशात चढला होता. हिरव्या गर्द डोंगरझाडीवर आडवा पसरलेला तो कातळ निळ्या आकाशात उठून दिसत होता. कड्याच्या टोकावर एक मोठा गरुड बसला होता. बाकदार चोचीचा, तीक्ष्ण नजरेचा, राखी रंगाचा तो गरुड बसल्या जागेवरूनच खालची दरी न्याहाळत होता.

गरुड जिथे बसला होता, तिथून एकदम तुटलेला कडा होता. कड्याच्या तळापर्यंत काळा कातळ होता. तिथून हिरव्या खुरट्या गवताची, झुडपांची भली मोठी उतरंड दाट रानाला भिडली होती. डोंगरमाथ्याच्या, त्या भव्य कातळाच्या कड्याकपारीतून गरुडांचं राज्य होतं. सारे लहानमोठे गरुड-पक्षी कातळावर बसलेल्या गरुडाला बघत होते, पण त्याचं भान त्या गरुडाला नव्हतं.

गरुड कड्याच्या माथ्यावर बसून होता. गेले दोन दिवस तो तसाच बसून होता. एखादा विरळ ढग गरुडाच्या अंगावरून जाई. भर उन्हाच्या वेळी ढगांची छाया तळाच्या गर्द राईवरून फिरे. वाऱ्याचा झोत अंग लपेटून जाई. आयुष्यभर त्यात रमणाऱ्या गरुडाला आता त्याचं भानही राहिलं नव्हतं. तो एकटक नजरेने कड्यातळचा कातळ पाहत होता.

एक चीत्कार आसमंत भेदून उठला. कड्यावरच्या गरुडाचं लक्ष त्या आवाजानं चळलं. त्यानं बसल्या जागेवरून मान वळवली. एक गरुड उंच जात होता. पुष्कळ उंच जाऊन तो क्षणभर पंख पसरून स्थिरावला आणि त्यानं झेप घेतली. कातळालगतच्या हिरवळीवर गरुडाची सावली फिरत होती. वेगानं खाली उतरणाऱ्या गरुडाच्या पंखांचा आवाज उमटत होता. पाहता पाहता गरुड जमिनीला पोहोचला आणि त्याच वेगानं तो परत वर आला. गरुडाच्या तीक्ष्ण नख्यांच्या पंजात एक भला मोठा नाग वळवळत होता. त्या नागासह गरुडानं कपारीतलं आपलं घरटं गाठलं. परत सर्वत्र स्तब्धता पसरली.

कड्यावर बसलेल्या गरुडानं ते पाहिलं. क्षणभर त्याचा संताप उफाळला.

निर्णय

त्या संतापानं त्याच्या मस्तकावरचा पिसांचा झुबका उभा राहिला. छातीवरचे पंख फुलले आणि क्षणात ते मिटले गेले. त्या संतापाला आता अर्थ उरला नव्हता. सारं बळ आता एकाच गोष्टीसाठी खर्चायचं होतं.

नाग पकडणारा गरुड त्याच्याच डोळ्यादेखत मोठा झाला होता.

किती सफाईदारपणे त्यानं झेप घेतली!

गरुडाची झेप अशीच असावी लागते!!

झेप घेतली आणि सावज पंज्यात सापडलं नाही, असं कधी झालं नाही!!!

सहजपणे गरुड तयार होत नाही. गरुडाच्या पिलांना पंख फुटले की, एके दिवशी त्या पिलांचे आईवडील त्यांना घरट्यातून खाली ढकलतात. ज्यांच्या पंखात बळ असतं ती पिलं मरणाच्या भीतीनं पंख फडकावत आपलं घरटं गाठतात. जे घरी परत येतात, ते गरुड असतात. बाकीचे जन्माला आलेले नसतातच मुळी!

गरुड तसाच वाढला होता.

त्याचे पंख उन्हात तकाकू लागले. पांढऱ्या, बाकदार चोचीला करडपण चढलं. पायाच्या नख्यांनी दरडीच्या फत्तरावर ओरखडे उमटू लागले. भर उन्हाच्या वेळी गरुडाची आई अचानक उडाली. लहान गरुड तिच्या झेपेकडे पाहत होता. झेप एका पाखरावर उतरली. पंज्यांत पकडलेलं पाखरू सोडताच ते जखमी पाखरू फडफडत खाली पडलं. भक्ष्य घेऊन आई घरट्याकडे येईल, या आशेने वाट पाहणारा लहान गरुड मोकळ्या पायांनी येणाऱ्या आईकडे पाहत होता. घरट्यात येताच आईनं संतापाने चीत्कार केला आणि त्या लहान गरुडाला चोचीनं ढकललं.

आईचं वर्तन नवं होतं. लहान गरुडाला भूक लागली होती. त्यानं एकदम झेप घेतली. पंखांचं बळ त्याला प्रथमच जाणवलं. पंख पसरून आपल्या शोधक नजरेनं तो भूभाग निरखत होता. फडफडणारं पाखरू त्याच्या नजरेत आलं. त्याचा तुरा फुलला. पाखरू धडपडत झुडूप जवळ करत होतं. गरुडानं झेप घेतली. सुसाट वेगानं तो खाली उतरत होता. नख्या वासल्या होत्या. जमीन गाठत असता क्षणभर भीतीनं त्याचा जीव लकाकला. त्याच वेळी पंज्यात सापडलेल्या जिवाची जाणीव त्याला झाली. आनंदानं त्याच वेगानं त्यानं आकाश गाठलं. भक्ष्यासह घरटं गाठताना त्याचा आनंद गगनात मावत नव्हता.

आणि त्याच दिवशी त्याला घराला मुकावं लागलं.

गरुडानं नवीन घर शोधलं.

गरुड वाढत होता, तशी त्याची सत्ताही वाढत होती. गरुड मोठा झाला होता. त्याची पांढरी, बाकदार चोच राखी बनली होती. राखी रंगाचा तजेला उन्हात चकाकत होता. आपले लांब, निमुळते पंख पसरून तो जेव्हा भक्ष्यावर तुटून पडे, तेव्हा त्याच्या छातीवरचा पांढरा फुलोरा आणि डोक्यावरचा सोनेरी तुरा उठून दिसे. सारे गरुड त्याच्याकडं कौतुकानं पाहत होते.

किती पावसाळे उलटले!

वादळ-वाऱ्याशी तोंड देत, शत्रूशी झुंजत गरुड मुलुखाची सत्ता गाजवीत होता. वाढत्या वयाचं भान गरुडाला नव्हतं; पण काळाच्या नजरेतून ते सुटत नव्हतं.

एकदा असाच सूर्य माथ्यावर आला असता गरुड रानावरून फिरत होता. आकाशात उंच गेलेला गरुड आपल्या नजरेनं खालचं रान निरखत होता. अचानक त्याच्या नजरेनं वेध घेतला. एक लहान कोल्हा रानातल्या मोकळ्या जागेतून फिरत होता. निर्भय मनानं तो कोल्हा फिरत असताना त्याच्यावर सावली तरळली. भीतीनं कोल्ह्यानं पाहिलं. आकाशातून गरुड झेपावत होता. त्याच्या पंखांचा रुद्र आवाज येत होता. सारं बळ एकवटून कोल्ह्यानं झेप घेतली. झाडीकडे तो धावत असतानाच काळी सावली झेपावत आली. मृत्यूच्या भीतीनं कोल्हं केकाटलं. झाडी अगदी जवळ होती. सर्व बळ पणाला लावून कोल्हं झेपावलं. पाठीमागे झालेल्या फडफडीचंही त्याला भान नव्हतं. झाडी गाठताच कोल्ह्यानं निर्भयपणे मागे वळून पाहिलं. गरुड परत आकाशात झेपावला होता.

असं कधी घडलं नव्हतं!

गरुडानं झेप घेतली आणि सावज सुटलं!

असं कधी घडत नसतं.

पण ते घडलं होतं.

एकदाच नव्हे! गेल्या काही दिवसांत दोन-तीन वेळा त्याची झडप चुकली होती. सावज पंज्यांतून निसटलं होतं.

वार्धक्याची जाणीव अशा पराजयातून यावी, याचं गरुडाला दुःख होतं.

ज्या गरुडाला भक्ष्य मिळवता येत नाही, त्या गरुडाला जगण्याचा अधिकार नसतो. त्यानं जगू नये.

गरुड त्याच विचारात कातळावर बसून होता. कड्यावरचे सारे गरुड आपल्याकडे बघतात, याची त्याला जाणीव होती. वार्धक्याची जाणीव आणि जन्मजात अहंकार एवढंच त्याच्यापाशी शिल्लक राहिलं होतं. त्या अभिमानाला

तडा जाऊ न देणं हे त्याचं कर्तव्य होतं.

गरुड कड्याखाली पाहत होता. कड्यावरून अंग झोकून देणं सोपं होतं, पण पंख न उघडता खाली जाणं महाकठीण होतं. पक्ष्यांचा राजा गरुड! त्यानं अखेरच्या वेळी पंख फडफडवले तर कसं चालेल? ती मनाची तयारी करीतच गरुड कड्यावर बसून राहिला होता.

तिसरा दिवस उजाडला. रानावर वन्य श्वापदांचे आवाज उमटले. रानावर दाटलेलं धुकं नाहीसं झालं. दवानं भिजलेला गरुड पंख लपेटून घेऊन तसाच कातळमाथ्यावर बसून होता. सूर्यकिरणांत त्याचं अंग तळपत होतं. वाढत्या उन्हाबरोबर अंगावरचं दव सुकून गेलं. गरुडानं सूर्याकडे पाहिलं. सूर्य माथ्यावर येत होता. कड्याखालचा कातळ त्या प्रकाशात उठून दिसत होता.

गरुडाने एकदा मान वर करून सूर्याकडे पाहिलं. आपली नजर खालच्या मुलुखावरून फिरवली. आयुष्यभऽऽर त्या मुलुखात त्यानं भक्ष्य शोधलं होतं. अनेक जीव जमिनीवरून उचलले होते. त्या जमिनीला त्याला भेटायचं होतं. निर्भय चित्तानं! आनंदानं!

गरुडानं आपले पंख उघडले. रानावर पडलेल्या कड्याच्या छायेवर ती सावली उमटली. एकवार आपल्या रुंद, भव्य पंखांवर नजर टाकून गरुडानं पंख मिटून घेतले. कातळावर नख्या रुतवल्या आणि त्यानं स्वतःला झोकून दिलं.

सुटलेला दगड सरळ रेषेत खाली उतरावा, तसा गरुड खाली जात होता; पंख न उघडता.

कड्यावरचे इतर गरुड निश्चल नजरेनं पाहत होते. गरुड कसा जगतो, हे शिकत होते.

मावळतीच्या तिरप्या सूर्यकिरणांत सागरलाटा किनाऱ्याकडे धावत होत्या. अफाट, निळ्याभोर, हेलावणाऱ्या पाण्यावर एखादी रुपेरी कडा चमके आणि त्यातूनच पसरत जाणारी पांढरीशुभ्र लाट फेसाळत, मोठी होत किनाऱ्यावर येऊन फुटे. एकापाठोपाठ उमटणाऱ्या त्या असंख्य लाटांचा गंभीर नाद वातावरणात भरून राहिला होता. किनाऱ्यावर फुटणारी लाट दीर्घ सुस्कारा टाकीत मागे जात होती. त्या आवाजात आव्हान नव्हतं. सागरानं स्वतःहून पाळलेल्या मर्यादेचा निर्धार त्या आवाजातून व्यक्त होत होता.

ओहोटीचा सागरकिनारा उघडा पडला होता. त्याच्या एका कडेला नारळी-पोफळींच्या गर्द बनाची हिरवी किनार निळ्याभोर आकाशाच्या पार्श्वभूमीवर सळसळत होती. दुसऱ्या बाजूला किनाऱ्याचा भिजलेला बदामी काठ नारळीपोफळींच्या किनारीला आव्हान देत होता. मधल्या विस्तीर्ण किनाऱ्याची चंद्रकळा सूर्यकिरणांत चमकत होती. त्या सागरकिनाऱ्याच्या एका वळणावर आकाशात चढलेली काळीशार खडकाळी मान ताठ करून दिमाखात उभी होती. गर्जणाऱ्या सागराचं रूप ती न्याहाळत होती.

मावळतीच्या गार वाऱ्यानं खडकाळीचं अंग सुखावत होतं. तिनं परिधान केलेल्या राखी शेवाळ-वस्त्रावर तिच्या कडेकपारीच्या वाळल्या गवताची सोनकडा उठून दिसत होती. खडकाळीच्या खबदाडीत टिटवीनं घरटं केलं होतं. घरटं मोकळं होतं. टिटवीचं जोडपं सागरकाठावर निवांतपणे चरत होतं. ओहोटीची वेळ असल्यानं पायथ्याचा कातळ सुकला होता. खडकाला कालवांचे शिंपले तोंड मिटून चिकटले होते. खेकड्यांचा कुठे पत्ताही नव्हता.

सागराचे दीर्घ निःश्वास, त्याचं आक्रंदन खडकाळी शांतपणे पाहत होती. सागराची लाट किनाऱ्यावर फुटे आणि ती मागल्या पावलाने सागरात मिसळे. सागराची ती नित्याची हारजीत पाहण्यात खडकाळीचं मन सदैव रमत असे. ओहोटीच्या पावलांनी माघारी जाणारा सागर खडकाळीच्या रूपाकडे आसुसलेल्या

मर्यादा

नजरेनं पाहत होता. त्याच्या नजरेतला संतप्त भाव पाहून खडकाळीचा अहंकार कुठंतरी जागृत होत होता.

सागर केवढा अफाट! कदाचित तो खोल असेलही! पण त्या सागराला उंची कुठे आहे? ज्याची मान ताठ नाही, त्याने जगावं कशाला? त्या सपाट जिण्याला अर्थ तरी काय?

खडकाळी त्या विचारानं सुखावत होती. तिच्या पायाशी सागर होता. उभारलेल्या माथ्यावर आकाशाचं छत्र होतं. हात वर केले, तरी आकाशाला ते स्पर्शतील की काय, अशी भीती वाटत होती.

रूपाची भव्यता बाळगायची झालीच, तर ती अशी असावी!

त्या विचाराच्या समाधानानं ती समुद्राकडे पाहू लागली.

निळ्याभोर समुद्राच्या पलीकडे क्षितिजावर नाना रंग उमटले होते. रंगीबेरंगी ढगांच्या कमानी सजल्या होत्या. अशाच एका कमानीतून येणाऱ्या समुद्रपक्ष्यांच्या थव्याकडे खडकाळीचं लक्ष गेलं. मावळतीकडे सूर्य झुकल्यापासून खडकाळी त्या पक्ष्यांना हुडकत होती. तो समुद्रपक्ष्यांचा थवा खडकाळीच्याच दिशेनं येत होता. ते पक्षी आले. आवाज करीत त्यांनी कातळावर फेर धरले आणि अलगद पावलांनी ते खडकाळीवर उतरले.

समुद्रकिनाऱ्यावरून चरून आलेली टिटवी घरट्यात बसली होती. घरट्यासमोरच्या कपारीवर टिटवीचा नर एका पायावर उभा राहून, पंखांत चोच घालून पेंगू लागला होता. खडकाळीवर उतरलेल्या पक्ष्यांच्या पंखांचा आवाज, त्यांचं घशातलं बोलणं, मध्येच उठणारी भांडणं ऐकत असता सूर्य कधी समुद्रात बुडला, तेही कळलं नाही. वाढत्या अंधारात लाटाही दिसेनाशा झाल्या. आकाशात चांदण्या चोरपावलांनी उतरल्या. मावळतीच्या गार वाऱ्यानं खडकाळीचे डोळे जड झाले होते. सागराच्या लाटांचा अखंड साद येत होता. त्या जागराची सवय खडकाळीला झाली होती; पण त्याचं भय खडकाळीला नव्हतं.

खडकाळी सागराची मर्यादा होती.

ती मर्यादा ओलांडण्याचं धाडस आजवर सागराला झालं नव्हतं.

त्याच विश्वासावर खडकाळी निवांतपणे झोपी गेली.

भर रात्री अचानक खडकाळीला जाग आली. शुभ्र चांदणं पसरलं होतं. सागराचा आवाज वाढला होता. भरतीच्या मोठमोठ्या लाटा फेसाळत किनाऱ्यावर येऊन फुटत होत्या. सागराचं ते रौद्र रूप पाहून खडकाळीला अकारण हसू आलं. सागराचं ते प्रमत्त रूपसुद्धा खडकाळीला नित्य परिचयाचं होतं; पण त्याची भीती नव्हती.

कारण

खडकाळी सागराची मर्यादा होती.

ती मर्यादा ओलांडण्याचं धाडस सागरात नव्हतं.

'आक्रमणाच्या ईर्ष्येनं येणाऱ्या त्या लाटा एकापाठोपाठ येऊन धडकतील; पण त्यानं काही बिघडणार नाही. उलट त्या शिडकाव्यानं अंग मोहरेल. सागर आक्रोश करील, संतप्त होईल, याचना करील आणि तसाच मनातल्या मनात कुढत आल्या पावली माघारी जाईल.

'त्या पराजित सागराला परत पायाशी घोटाळताना पाहून सुखच वाटेल.'

त्या विचारात असतानाच खडकाळी परत झोपी गेली. सुखस्वप्नामध्ये गुंग झाली असता, तिला परत जागं व्हावं लागलं.

समुद्र पायाशी आला होता. पायथ्याशी फुटणाऱ्या लाटेचे तुषार तिच्या अंगावर उडत होते. त्या थंड शिडकाव्यानं तिचं अंग मोहरत होतं. सागराचं ते प्रमत्त रूप खडकाळी निश्चिन्त मनानं पाहत होती. डोळ्यांत झोप उतरत होती.

पहाटेच्या गार वाऱ्यानं खडकाळीनं डोळे उघडले. विरळ धुक्याच्या वस्त्राखाली सागर झाकून गेला होता. वाऱ्याचा कुठे मागमूसही नव्हता. जागे झालेले पक्षी आकाशात न झेपावता बसल्या जागेवरून एकटक नजरेनं समुद्राकडे पाहत होते. एरव्ही ते पहाटेच्या वेळी खडकाळीवर फेर धरायचे. परत येऊन आपले पंख साफ करीत बसायचे. बोलणी चालायची, भांडणं वाढायची, बेत आखले जायचे; पण आज ते निश्चलपणे सागराकडे पाहत बसून होते. खडकाळीला त्यांच्या वर्तनाचं आश्चर्य वाटत होतं.

कारण नसता कसलीतरी अनामिक हुरहुर खडकाळीच्या मनाला चाटून गेली.

वाढत्या उजेडाबरोबर समुद्रावर तरंगणारं धुकं पाण्यात विरून गेलं. शामहरित सागर हेलावताना दिसू लागला. सूर्याची पहिली किरणं समुद्रावर उतरली. त्या किरणांत समुद्र चमकू लागला. किनाऱ्यापासून थोडी आत, सागराच्या शांत पाण्यावर माशांची जाळी तरळू लागली आणि ते नजरेत येताच खडकाळीवर बसलेल्या समुद्रपक्ष्यांचे पंख फडफडले. ते आकाशात उडाले. समुद्रावर त्यांनी फेर धरले. पृष्ठभागावर आलेल्या माशांच्या थव्यावर ते तुटून पडले. सूर मारून, चोचीत अलगद मासा पकडून ते पक्षी परत आकाशात चढत होते. त्यांचे आवाज, लाटांवरचं अलगद चालणं पाहून खडकाळीचं मन शांत झालं. दूर समुद्रात भलेमोठे गादेमासे डुबक्या घेत होते. खबदाडीतली टिटवीची जोडी ओहोटीच्या किनाऱ्यावर चरत दूर गेली होती. त्या ओलसर वाळूत लहान खेकडे धावत होते. त्यांच्या नक्षीदार घरांनी वाळवंट सजलं होतं.

उन्हं वाढली, तशी टिटवीची जोडी घरट्यात येऊन विसावली. खडकाळीच्या पायथ्याशी असलेल्या कातळावर खेकडे तिरप्या चालीनं पाठशिवणीचा खेळ खेळू लागले. उन्हाच्या तापानं वाढणारी ऊब खडकाळीला जाणवत होती. खडकाळीनं पाहिलं, तो क्षितिजावर पांढऱ्या ढगांची किनार उमटली होती. बाकी सारं आकाश निरभ्र होतं.

सूर्य माथ्यावर आला. त्या प्रखर किरणांत सागराचं रूप तकाकत होतं. वारा शांत झाला होता. सारी सृष्टी निश्चल भासत होती. समुद्रात दूरवर गेलेले समुद्रपक्षी अचानक माघारी आले. खडकाळीवर उतरले. त्यांचे आवाजही वेगळे वाटत होते.

एवढ्या अवेळी ते कधी परतत नसत.

खडकाळीचं मन पक्षी लवकर का आले यावरच विचार करू लागलं. त्या विचारात किती वेळ गेला, याचंही तिला भान राहिलं नाही. खडकाळीवरचे पक्षी शांतपणे बसून होते. त्यांचं लक्ष पश्चिम क्षितिजाकडे लागलं होतं. खडकाळीनं तिकडं पाहिलं.

आश्चर्यानं ती पाहतच राहिली. ज्या क्षितिजावर काही वेळापूर्वी पांढऱ्या ढगांची कड होती, त्या क्षितिजरेषेवर धुरकट ढगांच्या उतरंडी आकाशाच्या दिशेनं चढत होत्या. जिकडं पाहावं तिकडे ढगांचे डोलारे रचले जात होते. हळूहळू त्या ढगांचं गहिरेपण वाढत होतं. काळ्याकुट्ट ढगांनी अर्धं आकाश व्यापून गेलं. क्षणभर अंधेरून आल्याचा भास झाला. एक अजस्र सावली समुद्रावरून झेपावत गेली. खडकाळीनं वर पाहिलं, तो सूर्य ढगाआड गेला होता. समुद्रावरून येणारे नाना पक्ष्यांचे थवे कलकलाट करीत नारळी-पोफळींच्या बनाकडे फडफडत जात होते.

एक उष्ण वाऱ्याची लाट सागरावरून तरंगत आली. खडकाळीचा जीव त्या दमट, खाऱ्या वाऱ्यानं कासावीस झाला. सागरपक्षी भेदरले. पंख फडकावत, माना उंच करून ते चारी बाजूंना पाहत होते. अचानक त्या पक्ष्यांनी चीत्कार केला आणि ते उंच उडाले.

एक वाऱ्याची झुळूक आली म्हणून त्यांना एवढं घाबरायला काय झालं?

पण अपेक्षेप्रमाणे ते पक्षी परत कातळावर उतरले नाहीत. त्यांनी थोडा वेळ खडकाळीवर फेर धरला आणि पाहता पाहता नारळींच्या झावळ्यांवरून ते दिसेनासे झाले.

खडकाळीला त्यांचं वर्तन मुळीच आवडलं नाही.

समुद्रावरून काळ्याभोर ढगांची अखंड फळी धरली होती. त्या काळ्याकुट्ट फलकाकडे ती पाहत असता त्या फलकावर विजेचा डोळे दिपवणारा तडा

उमटला आणि काही क्षणांत आसमंत गंभीर गडगडाटानं भरून गेलं. खबदाडीत बसलेली टिटवीची जोडी टिट्यांऽव करीत उडाली. खडकाळीभोवती फेर धरून ती जोडी आक्रंदू लागली. त्या आक्रोशानं मात्र खडकाळीचं मन क्षणभर भयव्याकूल झालं. तिची नजर पायथ्याशी गेली. कातळावरचे खेकडे केव्हाच नाहीसे झाले होते. पायथ्याच्या कातळातून सागराच्या लाटा वळवळत होत्या. त्यांचा रंग बदलला होता. लाटांच्या लोभी नजरेत मस्तीची लाली चढत होती.

आकाशात सूर्य असताही चारी बाजूंनी अंधेरून आलं. वाऱ्याचा जोर वाढत होता. ढगाएवढ्या लाटा गर्जत, नाचत पुढे येत होत्या. त्यांचा शुभ्र डौल नाहीसा झाला होता. सदैव सागरावरून लोळत येणाऱ्या लाटांचं रूप पालटलं होतं. भुजंगानं फणा उभारून यावं, तसं रूप लाटांनी घेतलं होतं. सारा सागरच गढूळ बनला होता. विशाल सागराची नजर एकाकी उभ्या असलेल्या खडकाळीवर स्थिरावली होती. सदैव सागराच्या नजरेला आव्हान देणाऱ्या खडकाळीला आता त्याच्याकडे पाहयचंही धैर्य उरलं नव्हतं.

आलेल्या गार वाऱ्याच्या झोतानं खडकाळीचं वस्त्र थरथरलं. आणि त्याच वेळी पायाशी पाहिली लाट फुटली. त्या लाटेचा शिडकावा तिच्या अंगावर आला. चपराक बसावी, तसा तो स्पर्श तिच्या अंगप्रत्यंगांतून सरसरत गेला. खडकाळीच्या डोळ्यांत प्रथमच मूर्तिमंत भीती उभी राहिली; पण तिच्या त्या रूपानं सागराला कणव आली नाही. त्याला आठवत होता, सदैव त्याला हिणवणारा तिचा दिमाख; तो ताठा.

काय होत होतं, हे कळायच्या आत सागराचे हात तिला जाणवले. त्या बोचऱ्या हातांनी तिचं वस्त्र ओढलं जात होतं. खडकाळीचं शरीरसौष्ठव दाखवणारी, कडेकपारीतून उमटलेली गवताची किनार केव्हाच नाहीशी झाली होती. बळकट हाताची वेदना तिला जाणवत होती. शेवाळाचं वस्त्र त्या हातांनी ओरबाडून टाकलं. खारट श्वासांनी खडकाळीचा जीव गुदमरून गेला. खडकाळीच्या विवस्त्र दर्शनानं सागराचं उरलंसुरलं भान हरपलं. अधाशीपणे तो खडकाळीवर तुटून पडला.

आकाशात विजा चमकत होत्या. ढगांचा कानठळ्या बसवणारा आवाज सर्वत्र उठत होता. सागरावरून घोंघावत येणारं वादळ सागराचं बळ वाढवत होतं. ते कमी होतं म्हणून की काय, पावसाच्या अखंड सरींनी उभी धार धरली. खडकाळीचा प्रतिकार संपला. त्या प्रमत्त सागराच्या कवेत ती सापडली. क्षणाक्षणाला तिचं भान हरपत होतं. डोळे सताड उघडे असूनही त्या डोळ्यांना काही दिसत नव्हतं. काही पाहण्याची शक्ती उरली नव्हती.

खडकाळीनं डोळे उघडले. माथ्यावर आलेल्या सूर्यानं तिचे डोळे दिपले.

काही क्षण ती तशीच डोळे मिटून राहिली. मोठ्या कष्टानं तिनं परत डोळे उघडले. साऱ्या अंगावर वेदना वावरत होती. हळूहळू पुरतं भान तिला आलं. पुष्कळ आठवलं. त्या आठवणीबरोबर मनातून एक विक्राळ भीती सरसरून गेली, पण किंकाळी फुटत नव्हती. तिची दृष्टी आकाशाकडे गेली. आकाश निरभ्र होतं.

ते स्वप्न तर पडलं नाही ना?

भीत भीत तिनं आपल्या शरीराकडे पाहिलं. शरीर संपूर्ण विवस्त्र होतं. जखमांनी भरलेलं, बलात्कारानं दुखावलेलं. थकल्या नजरेनं तिनं सागराकडे पाहिलं. आता विवस्त्रपणाची लाज तिच्या नजरेत नव्हती. झालेली अप्रतिष्ठा, मानभंग त्याहीपेक्षा मोठा होता. लज्जाहीन नजरेनं ती सागराकडे पाहत होती; आश्चर्यचकित होऊन.

सागराचं रूप पालटलं होतं. तो पुरुषार्थ, तो उन्मत्तपणा कुठे दिसत नव्हता. नित्य परिचयाचं ते जाहीर रूप त्याला प्राप्त झालं होतं. आपल्या गंभीर नादाच्या साथीवर तो माघारी जात होता.

टिटवीचं जोडपं कुठूनतरी आलं. घरटं केव्हाच विस्कटलं होतं. फुटलेल्या अंड्यांचे अवशेष खडकातून विस्कटले होते. टिटव्या खडकावर उतरल्या. आपल्या व्याकूळ नजरेनं त्यांनी खडकाळीकडं पाहिलं. खडकाळीला प्रथमच उभ्या जागी हुंदका फुटला. पायथ्याच्या खडकावर तिचे अश्रू झिरपू लागले. भरल्या डोळ्यांनी ती सागराकडे पाहत होती.

प्रथमच खडकाळीला जाणवलं –

खडकाळी सागरांची मर्यादा केव्हाच नव्हती. सागर हाच खडकाळीची मर्यादा होता.

पण त्या जाणिवेला आता अर्थ उरला नव्हता.

मृग नक्षत्र दमाने पडत होते. एका पातळीचा, क्षितिजाच्या डोंगरकडेपर्यंत पसरलेला काळाभोर शिवार मृगाच्या पावसात भिजून गेला. वळवाच्या पावसाने फुललेली आणि दरवळलेली जमीन मृगाच्या नक्षत्राने शांत झाली होती. तिचा फुलोरा जाऊन, उद्याच्या भरघोस पिकाची स्वप्नं रंगवीत, तृप्ततेत ती उभ्या पावसात भिजत राहिली. पसरलेल्या काळ्या शिवारात कुठेतरी टेकडीवजा उंचवटे आणि त्यावर उभी असलेली बाभळीची झाडी दिसत होती. आकाश अगदी गच्च झालं होतं. त्या कुंदावलेल्या वातावरणात शिवारातल्या बाभळींची किरमिजी लव उठून दिसत होती. पश्चिमेचा गार वारा शिवारावर घोंगावत होता. सूर्य डोक्यावर येऊनही त्याचं अस्तित्व जाणवत नव्हतं.

एका टेकडीवरच्या बाभळीच्या झाडीत आठदहा हरणं उभी होती. पावसाची जोराची सरवट आली, तशी ती हरणं एकमेकांना बिलगली आणि भिजल्या अंगाने थरथरत उभी राहिली. बाभळीच्या झाडावरून पडणारे थेंब चुकवत ती हरणं पावसाकडे पाहत होती. त्या हरणांच्या कळपात एक काळवीट होता. भली उंच, निमुळती होत गेलेली त्याची पिळदार शिंगं उठून दिसत होती. त्याची काळीभोर पाठ भिजल्याने तकाकत होती. नाकपुडी फुलवून तो उभा होता. पावसाचा आवाज तो ऐकत होता. पश्चिमेचा वारा हुंगत होता. आपली भरदार मान वळवून त्याने पाठीमागे उभ्या असलेल्या माद्यांवरून नजर फिरवली. त्या कळपात एक पिलू होतं; गारठलेलं. आईला बिलगून ते उभं होते. तो काळा त्या पिलाकडे पाहत होता. त्या पिलाची आई पिलाला चाटत होती. त्या पिलाच्या नाकपुड्या ओल्या झाल्या होत्या. भरारत येणाऱ्या वाऱ्यानं आणि पावसाच्या सरीनं ते कासावीस झालं होतं.

पाऊस थांबला. शिवारात आता मधूनमधून पाण्याची डबकी दिसत होती. पाऊस थांबला, तशी हरणांनी आपली अंगं झटकली आणि ती उभी राहिली. काळ्याने जमीन हुंगली. अद्याप त्या जमिनीतून गवत यायला फार अवधी होता.

मृग

तोवर असंच झाडाच्या आसऱ्याने एखादा खाली आलेला शेंडा कुरतडत फिरावं लागणार होतं, हे त्याला माहीत होतं. झाडावरून ठिबकणारे थेंब हरणांच्या अंगांवर पडत होते. त्या थेंबांनी त्याचं अंग शहरात होतं. अंगावरची सोनेरी लव थरकून जात होती. थेंबांचे भोवरे अंगावर खेळत होते.

त्या पिलानं अंग झटकलं आणि एकदम उडी घेतली. ती उडी खाली येताच त्याचे खूर जमिनीत घुसले. दुसऱ्या उडीबरोबर चिखलाच्या चिळकांड्या उडाल्या. त्या आवाजाबरोबर त्यानं परत उडी घेतली. परत चिखल उडाला. त्यानं आपले नाजूक कान उभारले होते. त्याला गंमत वाटत होती. साऱ्या माद्या त्याच्याकडं पाहत होत्या. काळ्या आपले टपोरे डोळे अधिकच विस्तारून त्या पिलाकडे पाहत होता. तो एकदम ओरडला,

"मॅक्!"

त्या पिलाने काळ्याकडं पाहिलं. त्याची शेपटी फडफडली. कान मागे गेले आणि चटकन ते आपल्या आईला येऊन बिलगलं. आई त्याला चाटू लागली. काळा जमीन हुंगू लागला. ते पिलू काही वेळ तसंच उभं राहिलं आणि परत हुंदडत लांब गेलं. टेकाड-उतारावर नाचणारं ते पिलू सारं पाहत होते. त्याच्या खुराची भोकं जमिनीवर उठत होती. नराने माद्यांच्याकडे नजर टाकली. लेंड्यांचा आणि मुताचा आंबट वास दरवळत होता.

अचानक वारा थांबला. दूर गेलेलं पिलू वारा थांबताच भ्यालं. कान टवकारून त्यानं टेकाडावरच्या कळपाकडे पाहिलं. जोरानं ओरडून ते कळपाच्या दिशेनं धावत सुटलं. प्रत्येक उडीबरोबर चिखल उडत होता. ते आईजवळ येऊन थांबलं. वेगानं ते श्वास घेत होतं. त्याची छाती धडधडत होती. त्याच्या आईनं त्याचं नाक हुंगलं आणि ते पिलू आईच्या अंगाला अंग घाशीत उभं राहिलं.

रिकाम्या तोंडी रवंथ करीत तो कळप उभा होता. सारा कळप भुकेजलेला होता. माद्या काळ्याकडे पाहत होत्या, पण काळा हलण्याचं चिन्ह नव्हतं.

आणि अचानक शिंगांचा आवाज साऱ्या रानाला भेदून गेला. पाठोपाठ बोंब उठली.

पाखरलेले कान टवकारले गेले. आवाजाचा वेध घेत कान फिरू लागले. शेपट्या उभारल्या होत्या. उभ्या जागी खूर चिखल उकरू लागले. काळ्यानं मान वळवली. सारी भीती त्याच्या नजरेत गोळा झाली होती. त्याची लव क्षणाक्षणाला झरझरत होती. आखूड शेपटीचा गोंडा फुलवून तो चारी बाजूंना मान वळवून पाहत होता. पाठीमागे दूरवर माणसं दिसत होती.

आणि परत भयानक आवाज उठला.

एकदम नराने 'मॅक' असा आवाज दिला. काही माद्यांनी साथ दिली आणि एकदम काळवीटाने जोरानं उडी घेतली. पाठोपाठ माद्या चौखूर उडाल्या. बघता बघता सारा कळप त्या कातळावरून झेपावत निघाला. चौखूर उधळलेला तो खांड वाऱ्याच्या वेगानं जात होता. प्रत्येक उडीबरोबर खालच्या खाचरात चिखल उडत होता. पाय ओल्या जमिनीत घुसत होते. पळता पळता मादी थांबली. तिच्या जवळून माद्या भरधाव पुढे गेल्या. कावरीबावरी होऊन तिनं मागं पाहिलं. पाठीमागून पिलू येत होतं. कळप गाठण्याचा ते प्रयत्न करीत होतं. पिलू मादीला येऊन भिडताच मादीनं ओरडून त्याला इशारा दिला आणि ती पिलाबरोबर पळू लागली.

शिंगाचा आवाज परत उठला.

पुढे धावणाऱ्या नरानं मागं वळून पाहिलं. मादी आणि पिलू कळपामागे राहिली होती. नरानं जोराने आवाज दिला. त्या आवाजानं मादी बिथरली. एक वेळ तिनं पिलाकडे पाहिलं आणि एकदम तिनं वेग घेतला. वाऱ्याच्या वेगानं तिने कळप गाठला.

वाढणारं अंतर पिलाच्या लक्षात येत होतं. सारी ताकद लावून ते धावत होतं. मातीत गेळं जास्त जास्त रुतत होती. पळता पळता एके ठिकाणी त्याची पावलं एकदम फसली. भीतीनं त्याचं अंग लकाकलं. तोल सावरून त्यानं चौखूर झेप घेतली; पण ती अलगद उतरणारी उडी जमिनीत रुतली. अर्ध्या पायापर्यंत फसव्या चिखलात ते पिलू उतरलं. साऱ्या अंगाला पिळोखा देऊनही दुसरी उडी येईना. ते उभ्या जागी कोलमडलं. सरळ होत त्यानं पाहिलं. कळप क्षणाक्षणाला दूर जात होता. कळपाकडे पाहून ते पिलू आर्तपणे ओरडलं.

पळता पळता मादी एकदम थांबली. तिनं पाहिलं, पिलू धावत नव्हतं. दूरवर ते एकटेच उभं होते. वेगाने पुढे जाणाऱ्या कळपाकडे एकदा, तर पिलाकडे एकदा बघत ती काही क्षण उभी राहिली. मोठ्यानं ओरडली आणि वळून पिलाकडं धावली. आईला येताना पाहून त्या पिलानं परत धडपड केली. त्याचे चारी खूर अर्धेअधिक चिखलात रुतले होते. मादीनं जवळ येताच प्रथम चारी दिशा पाहिल्या. सगळीकडे शांत होते. कोणी दिसत नव्हतं. ती पिलाला चाटू लागली.

टेकाडावर जाऊन कळप थांबला. त्या नरानं मान वळवून मागे पाहिलं. खाली खाचरात मादी पिलाजवळ उभी होती. काळवीटानं मोठ्याने आवाज दिला, पण मादी हलली नाही. एकटा नर परत धावत सुटला. बाकीच्या माद्या त्याच्याकडं पाहत होत्या. मादीजवळ जाताच त्यानं पाहिलं. मादी त्याच्याकडे पाहत होती. सारी असाहाय्यता मादीच्या चेहऱ्यावर उमटली होती. नर जोरानं

ओरडला. पिलानं परत धडपड केली, पण ते बाहेर आलं नाही. काळवीट त्या पिलाच्या मागं गेला आणि त्यानं जोरानं आपल्या कपाळाची हुंदाडी पिलाला मारली. पिलू उभ्या जागी पडलं, ओरडलं, पण बाहेर आलं नाही. मादी परत पिलाला चाटू लागली.

पाठीमागून शिंगाचा आवाज उठला.

तिघांच्याही माना गरकन वळल्या. पाठीमागच्या टेकाडावरून फासेपारधी उतरत होते. शिंग फुंकत होते. बोंब मारत होते.

नरानं जोरानं मान हलवली आणि एकदम त्यानं उडी घेतली. मादीने पिलाकडे पाहिलं आणि दुसऱ्याच क्षणी ती नरापाठोपाठ धावली. टेकडावरचा कळप त्या आवाजानं बिथरला होता. कातळावरून अलगद झेपावत येणाऱ्या जोडीकडे कळप पाहत होता. नरानं कळपाजवळ येताच मोठ्यानं आवाज दिला आणि सारा कळप काळ्यापाठोपाठ जाऊ लागला.

दूर जाणाऱ्या आईकडं पाहून त्या पिलानं परत धडपड केली. त्याने वळून मागे पाहिलं. पाठीमागे दूरवर माणसं दिसत होती. ती त्याच्याकडेच येत होती. थंड नजरेनं ते पिलू त्या माणसांकडे पाहत होतं. शेवटी त्यानं बघायचं सोडलं आणि रुतल्या जागी ते आपलं अंग चाटू लागलं.

पायाखालचा चिखल घट्ट होत होता. त्याला बारीक रेघा पडत होत्या. पायाला आवळणी लागत होती. पाठीमागच्या आवाजाचा वेध घेत ते पिलू धडधडत्या छातीनं उभं होतं. त्यानं आशेनं कळप गेलेल्या टेकाडाकडे पाहिलं. तिथे काही दिसत नव्हतं. कळप केव्हाच गेला होता. पिलू एकटं होत; अगदी एकटं!

पाठीमागची माणसं आता स्पष्ट दिसू लागली होती. ती शांतपणे त्या पिलाकडं येत होती. त्यांचा आवाज पिलाच्या कानावर पडत होता. एकाएकी त्या पिलाचं अंग भीतीने थरारलं. त्याचे डोळे विस्फारले गेले. त्याचे पाखरलेले कान मागे वळले. नाकपुड्या फुलल्या आणि एकदम त्यानं उभ्या जागी सारं बळ एकवटून उडी घेतली. सटकन ते चिखलातून उंच उडालं. थोड्या अंतरावर आडवं कोलमडलं. गडबडीनं ते उठून उभं राहिलं आणि टेकाडाच्या दिशेने भरधाव सुटलं. पाठीमागे एकच ओरडा उठला. मोठा आवाज झाला. कानाजवळून काहीतरी सणसणत गेलं. पिलाचा वेग आणखीन वाढला. बघता बघता त्यानं टेकाड ओलांडलं. बळाची, दमाची पर्वा न करता ते उलट्या वाऱ्याला तोंड देत झेपावत जात होतं. छाती फुटेपर्यंत पळत होतं.

हळूहळू त्याच्या पायांतलं बळ कमी झाले. धाप वाढली. उडी उंच जात नव्हती. एका टेकाडावर ते पोचलं. त्या टेकाडावर बाभळीचा शेंडा उभा होता.

तिथे जाऊन ते उभं राहिलं. तोंडातून फेस गळत होता. डोळ्याच्या कडांतून पाणी ओघळत होतं. नाकपुड्या वाळून गेल्या होत्या. प्रत्येक श्वासाबरोबर त्या रुंदावत होत्या. मागे वळून त्यानं पाहिलं. कोणी दिसत नव्हतं. त्याचं सारं अंगं मागेपुढे हलत होतं. श्वासाचे भपकारे त्याला ऐकू येत होते. त्या पिलानं पुढचे पाय वाकवले आणि ते मटकन ओल्या मातीवर बसलं. समोर दूरवर कातळ पसरले होते, पण कळप कुठे दिसत नव्हता. गार वारा घोंगावत येत होता. थकल्या अंगानं डोळे मिटून ते पिलू धापा टाकत बसलं होतं.

बसल्या जागेला त्याला वास आला. त्याच्या नाकपुड्या फुलल्या. त्याने परत वास घेतला. ताज्या लेंड्यांचा आंबट वास त्याच्या नाकात शिरत होता. पटकन त्यानं डोळे उघडले. त्यानं जमिनीकडे पाहिले. बसल्या जागेवरून जमीन हुंगली. त्या बाभळीच्या शेंड्याखाली लेंड्या पडल्या होत्या. चौफेर मातीत गोल भोकं उमटली होती.

ते पिलू चटकन उठलं. क्षणात सारा शीण गेला. त्यानं कान टवकारले. ते पिलू जोराने ओरडलं. परत ओरडलं. वाऱ्याबरोबर परत तसाच आवाज आला; अस्पष्ट! त्याचे पाखरलेले कान त्या दिशेने वळले. पिलानं परत जोरानं आवाज केला आणि क्षणात घोंगावणारा वारा आवाज घेऊन आला. त्याची दृष्टी साऱ्या शिवारावरून भिरभिरत होती. पाहता पाहता ती एका जागी स्थिर झाली.

खाली दूरवर, तगात बाभळीची झाडं होती. त्याजवळ सातआठ सोनेरी ठिपके दिसत होते. पिलानं परत आवाज दिला. त्याची खात्री पटली. आपली नाजूक, गोंडेदार शेपटी फुलवून त्यानं उभ्या जागी खुरानं चिखल उधळला आणि भरधाव वेगानं ते पिलू टेकाडावरून कातळाकडे धावत सुटलं.

/

बांधाच्या काळ्या चौकड्यांनी रेखलेला काळाभोर शिवार भर उन्हाच्या तावात शिजत होता. त्या शिवारात एक भलंमोठं, आडवंउभं पसरलेलं सावरीचं झाड अशाच एका बांधाच्या गळसांडीला अंग धरून उभं होतं. ती सावर आणि कुठेतरी डोलणारे चारदोन बाभळीचे हिरडे सोडले, तर सारा शिवार मोकळा दिसत होता. उन्हाच्या धुपाऱ्यात कासावीस झालेली ती सावर निश्चल उभी होती. तिची नजर पायाशी गेली. नेहमी गर्द सावलीनं जी जागा भरलेली असायची, त्या ठिकाणी वाळल्या पाचोळ्यावर झिपऱ्या सोडलेली सावली लवंडली होती. काटेरी फांद्यांवर टिकून राहिलेली पानं पिवळी पडली होती.

गार वाऱ्याच्या झुळकेनं सावर सावध झाली. तिनं पाहिलं तो, दूरवर एक चक्रीवादळ उभं राहिलं होतं. आकाशाला त्याचा लोट पोहोचला होता. वाटेत येईल तो पालापाचोळा खेळवत ते वादळ पुढे सरकत होतं. थकल्या जिवाला गुंतवण म्हणून ती सावर ते पाहत होती. वादळ पुढे येत होतं. सावरीला ते दुरून जाईल असं वाटलं होतं, पण थोड्याच वेळात तिची चूक तिच्या ध्यानी आली. वादळ तिच्याच रोखानं येत होतं. सावरीचा जीव उभ्या जागी कळवळला. आपल्याभोवती फेर धरत येणारा तो उंचउभा धुळीचा लोट पाहून सावरीनं डोळे गच्च मिटून घेतले. काही क्षणांत तिला सारं अंग घुसळल्याची जाणीव झाली. जमिनीचा आधार सुटून लोटात खेचलो जातो की काय अशी भीती तिला वाटली. काही क्षणांतच तिचं सारं अंग परत सैल पडलं. सावरीनं भीतभीत डोळे उघडले. वादळ पाला खेळवत शिवारातून धावत जात होतं. सावरीनं निःश्वास सोडला आणि दुसऱ्याच क्षणी तिला हलकेपणाची जाणीव झाली. तिनं निरखून पाहिलं तो, त्या वादळानं उरलीसुरली सारी पानं आपल्याबरोबर नेली होती. ते उघडं-नागवं शरीर पाहून सावरीचं मन संकोचून गेलं.

सावर

बरं झालं शिवारात दुसरी झाडं नव्हती ते!

एके दिवशी भर दुपारच्या वेळी एक बगळ्यांचा थवा किरणांतून लखलखत आला आणि सावरीवर उतरला. आपल्या लांब चोचीनं पंख परतवणारे ते बगळे सावर पाहत होती. गळणारी पिसं वाऱ्यावर डोलत जमिनीवर उतरताना पाहून तिचं मन दाटून आलं. डोळे मिटून भावी स्वप्नं पाहण्यात सावर केव्हा दंग झाली, हे तिलाच कळलं नाही.

अचानक उठलेल्या फडफडीनं ती जागी झाली. घशात आवाज करीत बगळे उडाले. ती बगळ्यांची माळ दिसेनाशी होईपर्यंत सावर त्यांच्याकडे पाहत होती. ढगांचा गंभीर आवाज तिच्या कानावर आला. उगवतीला काळ्याभोर ढगांची लाट उभारली होती. वारा थांबला होता. वरच्या उन्हाबरोबरच जमिनीची आग वाढली होती. आपल्या आवाजानं आसमंत भेदून टाकणारी वीज लखलखत खाली उतरली. गार वाऱ्याची झुळूक अंग लपेटून गेली. अधिऱ्या मनानं सावर येणाऱ्या पावसाकडे पाहत होती.

तिला फार काळ वाट पाहावी लागली नाही. टपोरे थेंब उतरू लागले. पाठोपाठ पावसाच्या धारा ओतू लागल्या. सारं आकाश अंधेरून गेलं. भर दिवसा विजांचा प्रकाश डोळे दिपवू लागला, पण सावरीला त्याची भीती वाटत नव्हती. अंगावरून खेळत जाणारे पाण्याचे ओहोळ, तो गार वारा, अखंड होणारा शिडकावा यांत तिचं कोरडलेलं मन भिजत होतं. सुखावत होतं.

हळूहळू पाऊस कमी झाला. शिवारात पाण्याचे आरसे लखलखू लागले. मातीच्या वासानं तिचं मन तृप्त झालं. पायाखाली साचलेल्या पाण्यात तिचं रूप खेळत होतं. तिच्या अंगावरून पडणाऱ्या थेंबांनी झरझरत होतं. सावर समाधानानं ते रूप पाहत होती. पाहता पाहता ते रूप भिजल्या जमिनीत नाहीसं झालं. काळ्याभोर आकाशावर इंद्रधनुष्याची कमान उभी ठाकली. कुठेतरी भारद्वाज पक्ष्याचा गंभीर आवाज पावसाला बोलावत होता.

दिवसा शिवारात पशुपक्ष्यांची, जनावरांची जाग असायची. पावसाच्या सरी यायच्या; पण रात्रीच्या नीरव शांततेत सावरीच्या मनाचा उबारा वाढायचा. हळूहळू सावरीच्या काटेरी अंगातून हिरव्या कळ्या बाहेर पडू लागल्या. मोठ्या झाल्या. उमलण्यासाठी त्या आसुसलेल्या असतानाच एक मोठा पाऊस झाला आणि एके सकाळी सावरीचं पुरं रूप पालटून गेलं. सावर तांबड्याभोर, टपोऱ्या फुलांनी डवरून गेली. अंगावरून आनंदानं बागडणाऱ्या खारीच्या नाजूक पावलांनी तिचं अंग सुखावू लागलं. रंगीत मधुपक्षी आपल्या तीक्ष्ण चोचीनं फुलांतून मध शोधू लागले. मधमाश्यांचा अखंड नाद सावरीभोवती फेर

धरू लागला. सावर ते पाहण्यात गुंग होऊन गेली.

सावरीखाली टपोऱ्या, मोठ्या सावर-फुलांचा सडा पडू लागला. दिवसेंदिवस फुलांची संख्या वाढत होती. एके दुपारी एक शेळ्यांचा कळप सावरीखाली आला. सावरीचं मन कातर बनलं. शेळ्यांनी फुलं हुंगली, पाहिली आणि त्यांना स्पर्श न करता बांधावरचं खुरटं गवत कुरतडत त्या निघून गेल्या. सावरीनं समाधानाचा निःश्वास सोडला. सावर मोकळी झाली होती, पण त्याचं दुःख तिला झालं नाही. फुलांमागोमाग तरारणाऱ्या शेंगांची तिला जाणीव होती.

सावर उन्हात तळपत होती. जमिनीतून उठणाऱ्या वाफेनं उदावत होती. सावरीच्या साऱ्या शेंगा भरल्याची जाण तिला सुखावत होती. हिरव्या शेंगांना पिवळ्या शिरा उठल्या. उन्हाच्या तावात या पांढऱ्या पडल्या आणि सावरीची एक शेंग भर दुपारी फुटली. वाऱ्याच्या झुळकेबरोबर त्यातला कापूस अलगद उडाला. तो पांढराशुभ्र पुंजका वाऱ्यावर हेलावत दूरवर निघून गेला. तो दिसेनासा होईपर्यंत सावर त्याकडे पाहत होती.

शेंगांनी भरलेली सावर वाऱ्याच्या संगतीत डुलत होती. सावरीच्या कापसाचे थवे दूरवर पसरत होते. खेळकर पाखरं त्यामागून धावत होती. सावरीचं अंगण पांढऱ्याशुभ्र कापसानं आच्छादलं गेलं. सावरीचा पुरा भार उतरला होता. आता उघड्या शरीरावर पालवी उमटत होती. ऊनपावसाचा खेळ पाहत सावर डुलत होती.

हिरव्याकंच पालवीचे तुरे फांद्यांवर फाकले. दररोज त्यांचं रूप बदलत होतं. कोवळ्या पानांवर पिवळ्याधमक शिरा उमटल्या. वाढणाऱ्या त्या पालवीबरोबर झाडाचं रूपही बदलत होतं. जमिनीवरच्या सावलीला गहिरेपणा लाभत होता. भर उन्हातही दाट, वाटोळी सावली झाडाखाली अखंड नांदू लागली. पानांच्या हिरवळीखाली सावरीचं अंग झाकून गेलं. पाखरांची किलबिल वाढू लागली. येणाऱ्या पावसाची जाणीव झालेली ती पाखरं फांद्यांवरून घरटी बांधू लागली. पाखरांचा संसार पाहण्यात सावरीला दिवस-रात्रीचं भान राहिलं नाही.

सरत्या उन्हाळ्यात सावर उभी होती. आकाशात मावळतीकडून छत्र चढत होतं. उगवतीकडे धावत होतं. आता लवकरच हे दिवस सरतील, गार वारा सुटेल, वाऱ्याच्या झडीबरोबर पाऊस धो धो कोसळेल, हे सावरीला माहीत होतं. त्याची वाट पाहत सावर उभी असता, तिचं लक्ष शिवारातून धापावत येणाऱ्या एका कुत्र्याकडं गेलं. उन्हात व्याकूळ झालेलं! आपल्या हाडांचा सापळा चामड्याखाली झाकलेला तो जीव कष्टानं चालत होता. ते कुत्रं

सावरीच्या रोखानं येत होतं. त्याची व्याकूळता पाहून सावरीचा जीव उभ्या जागी गहिवरला. ते कुत्रं सावरीच्या डेरेदार सावलीत आलं. झाडाखालच्या मातीत आपल्या पायांनी खळगा करून बसलं. खळग्याची ऊब जरी जाणवत होती, तरी सावरीचा गारवा सुखावत होता. त्या गहिऱ्या सावलीत कुत्र्यानं आपले डोळे समाधानानं मिटून घेतले. थकलेला तो जीव पाहता पाहता गर्द सावलीत विसावला.

सावर तृप्ततेनं त्या जिवाला पाहत होती. वाटणारं समाधान तिच्या पानांतून सळसळत होतं.

झिरझिरित काळोखात रात्र अजून निजून होती. मावळतीकडे झुकलेल्या चंद्रकोरीचं पीठ विरळ धुक्यातून पडत होतं. सगळीकडे नीरव शांतता वावरत होती. झाडांचे आकार काळोखात मिसळले होते. उंच, पर्णहीन झाडांमागे गेलेल्या चंद्रामुळे झाडांचे उंचावलेले हात रात्रीची भयाणता वाढवीत होते. त्या शांततेत गाव कसं गुपचूप झोपलं होतं. रात्री रस्त्यावर केलेल्या शेकोट्या थंडावल्या होत्या. त्या राखेत घर करून बसलेली कुत्री अंगाची चाळवाचाळव न करता ऊब शोधत तशीच पडून होती.

कुठूनतरी फडफडत आलेली दोनचार वाघळं त्या पर्णहीन काटक्यांना लटकली. रस्त्यावर बसलेल्या कुत्र्यानं उगीच मान वर करून आवाजाचा कानोसा घेतला आणि परत आपलं तोंड पायात घालून ते तसंच झोपी गेलं. गावचा रस्ता तसाच पडून होता; पाणंदीच्या वाटेवर पडलेल्या अजगरासारखा. दोन्ही बाजूंची घरं छपरांच्या खपलीत शांतपणे उभी होती.

अचानक त्या शांततेचा भंग झाला.

'कर्ऽर्ऽऽर्ऽऽऽ' करीत एक लाकडी दार उघडलं. घरांच्या लांबलचक काळोख्या पट्टीवर एका चिमणीने तोंड दाखवलं. म्हाताऱ्याची खोकल्याची उबळ उठली. चुळांचा आवाज उठला आणि परत तो उजेडाचा ठिपका नाहीसा झाला. मिटणाऱ्या दाराचा तोच करकरणारा आवाज परत उठला. दार बंद झालं आणि सारं शांत झालं.

पण ती शांतता फार काळ टिकली नाही. शांततेला छिद्र पडलं होतं. कुठंतरी पोराच्या रडण्याचा आवाज उठला होता. एकएक दरवाजा करकरत उघडत होता. मिटत होता. त्या बेसावध आवाजात भाताच्या भरडीच्या जात्याचा आवाज मिसळला. हळूहळू त्या आवाजानं अखंड घरघर धरली आणि त्याच नादातून अद्यापी झोपेनं भारलेली ओवी साद घालू लागली. फिरू लागलेल्या चारदोन भरडीच्या जात्यांनी गावावर आवाजाचा फेर धरला. उठणाऱ्या ओव्यांचे

जाग

सूर टिटवीच्या आवाजासारखी साद घालू लागले.

'कावऽऽ' एक कावळा ओरडला. बसल्या जागेवरून त्यानं परत आवाज दिला. जाग्या झालेल्या दुसऱ्या कावळ्यानं त्याला साद दिली. तेवढीच साथ मिळाली. त्या आवाजानं जागे झालेले कावळे दचकून काळोख न्याहाळत होते. रात्रभर शिवारावर चकरा मारणारं एक भलेमोठं घुबड फडफडत एका झाडावर उतरलं. त्या चाहुलीनं कावळे उगीच करकरले आणि परत शांतता पसरली.

रस्त्यावर पावलं वाजत होती. कुत्र्याच्या शेपटीवर पडलेल्या पायामुळं कुत्रं दचकून ओरडलं. पाठोपाठ पडलेल्या दगडानं केकाटत दूर पळालं. दूर जाऊन, मागं वळून पाहू लागलं. अंधारात नाहीशा होणाऱ्या आकृतीकडे पाहून भुंकू लागलं; पण त्या भुंकण्यात त्वेष नव्हता. भुंकणं थांबवून दगड लागलेल्या जागी त्यानं चाटून घेतलं आणि ते आपल्या जागेकडं वळलं. त्या राखेत दोन पिलं आईची हरवलेली ऊब शोधत होती. कुत्रे जवळ येताच ती पिलं आईच्या पोटाला भिडली. माराचं दुःख विसरून ती कुत्री आपल्या पिलांना पाजू लागली. पडल्या जागेवरून उघड्या डोळ्यांनी ती कुत्री काळोख न्याहाळत होती.

सरावाच्या वाटेवरून दोन बाया जात होत्या. दवानं थंडावलेल्या घाटाच्या पायऱ्या त्या अलगद उतरल्या. नदीचं पात्र कसं शांत होतं. धुक्याचा दाट पडदा त्यावर धरला होता. चंद्राची कोर क्षितिजाकडे झुकली होती. त्या पुसट प्रकाशात नदी उतू गेलेल्या दुधाच्या धारेसारखी दिसत होती. आपली वस्त्रं खोचून घेऊन त्या बाया सावकाश पाण्यात उतरल्या. पावलांना पाण्याचा उबदार स्पर्श झाला. पाण्यावरचं धुकं वर उसळलं. पिंढरीभर पाण्यात उभ्या राहून त्या आपल्या घागरी स्वच्छ करीत होत्या. खसखस उठत होती. पाण्यात बुडालेल्या पावलांभोवती बारीक मासे फेर धरीत होते. त्या बायांनी आपल्या घागरी भरून घेतल्या. काखेतल्या आणि डोकीवरचा भरल्या घागरीचा भार सावरत त्या घाटाच्या पायऱ्या चढून गेल्या, तेव्हा चंद्र क्षितिजावर टेकला होता.

चंद्र मावळला. एक गार वाऱ्याची झुळूक सळसळत निघून गेली. पानावर धरलेले दवाचे ठिपके जमिनीवर सांडले. गावच्या वेशीवरचं बांबूचं बेट उभ्या जागी कुरकुरलं. देवळासमोरच्या पारिजातकाचं एक फूल गिरक्या घेत खाली उतरलं.

वाऱ्यानं वाट शोधली होती. त्याचा वेग वाढत होता. तो अखंड वाहत होता. पारिजातकाच्या झाडाखाली फुलांचा सडा उतरला होता. पूर्वेच्या डोंगरकडेवर आता चुन्याचं बोट फिरलं होतं.

वाढलेल्या गार वाऱ्यानं कावळ्याचं अंग शहारलं. आपल्या पंखात

खुपसलेली चोच त्यानं बाहेर काढली. क्षणभर त्यानं आजूबाजूला पाहिलं आणि आवाज दिला – 'काऽ वऽ'

तो आवाज परत थांबला नाही. सारे कावळे जागे होऊन बसल्या जागेवरून आवाज देत होते. अधमुऱ्या अंधारात फडफडत होते. क्षणाक्षणाला आवाज वाढत होता. एका झाडावरचा थवा अचानक उडाला आणि परत धडपडत झाडावर येऊन बसला.

लिंबाऱ्याच्या फांदीवर अंग फुगवून बसलेल्या चिमण्यानं दचकून पाहिलं. कावळ्यांच्या आवाजाखेरीज काही ऐकू येत नव्हतं. एका पायाच्या पकडीत फांदी धरून त्यानं दुसरा पाय मागे लांब पसरून आळस दिला. पंख पसरून अंग सैल केलं आणि साद घातली – 'चिव्ऽचिव् ऽऽचिव्'.

झाडावरच्या चिमण्या जाग्या होत होत्या. चिवचिव वाढत होती. त्या गोंगाटाने जागा झालेला बुलबुल आपल्या डोक्यावरचा तुरा फुलवत घरट्यात बसलेल्या मादीकडे सरकला. त्याची दीर्घ साद चिमण्यांच्या आवाजात मिसळली. अंडी उबवत बसलेली ती मादी शांतपणे ते सारे आवाज ऐकत आपल्या पोटाखालची अंडी हळुवार पावलांनी घोळत होती.

आपल्या आवाजानं गोंगाट करणाऱ्या चिमण्या झाडाच्या शेंड्यावर झेपावल्या. भाराने वाकलेल्या शेंड्यावर डोलत, गार वारा सोसत त्यांनी काही क्षण काढले; पण गार वारा असह्य होऊन त्या काही क्षणातच आतल्या फांदीवर आल्या. फांदीवर अंगाला अंग लावून बसून राहिल्या; पण तसं बसून तरी किती वेळ राहणार? अचानक चिमण्यांचं भिरं झाडावरून उडालं आणि कळकीच्या बेटावर उतरलं. झिपऱ्या जुंधळ्याच्या फुललेल्या कणसासारखे कळकीचे शेंडे दिसू लागले.

आपल्या शेपटीचे गोंडे फडकावीत, चकचकत खारी फांद्यावरून पळत होत्या, पण झाडाखाली उतरण्याचा त्यांना धीर होत नव्हता. चिंचेच्या ढोलीत उतरलेलं घुबड ढोलीच्या तोंडाशी, बसल्या जागी पेंगत होतं.

भारद्वाजाच्या गंभीर आवाजाची लकेर साऱ्या शिवारावरून घुमली. आता उगवतीच्या अंजिरी आकाशाला पांढरी किनार धरली होती. गावच्या देवळातून घंटेचा आवाज उठत होता.

पाण्याला निघालेल्या बायकांची वर्दळ रस्त्यावर वाढली होती. रस्त्यावरच्या कुत्र्यांनी रस्ता सोडून आता घराचे कट्टे पकडले होते. गोठ्यातला जनावरांचा आवाज माणसांच्या आवाजात मिसळत होता.

गावधरीच्या तळ्याकाठची उंच, पांढरी मत्तीची झाडं तळ्यातल्या पाण्यात आपलं रूप पाहत होती. पहाटेच्या गार वाऱ्यानं तळ्याचं पाणी शहारत होतं.

तळ्याकाठच्या झाडावर बसलेल्या पांढऱ्या बगळ्यांपैकी एकाची नजर पाण्यावर खिळली होती. इतर बगळे आपल्या पिवळ्या, लांब चोचींनी अंग साफ करीत होते. एक बगळा झेपावला. पंखांचा फडफडाट करत शिवरीचा कापूस उतरावा, तसा तो अलगद तळ्याच्या काठावर उतरला. भ्यालेल्या बेडकाने गवतातून उंच उडी घेतली आणि तो तळ्याच्या पाण्यात बद्कन पडला. बेडूक पडला त्या जागेवरून एक वलय उठलं आणि मोठं होत होत तळ्याच्या काठाला जाऊन भिडलं. तळ्यातली कमळाची पानं क्षणभर हेलावली. हिरव्या पानांवर उंचावलेलं पांढरं कमळ अकारण डोललं.

आणि दिवस उगवायला अजून खूप वेळ असतानाच धरती जागी झाली.

/

थंडीचे दिवस संपत आले होते. झाडीत उकाडा हळूहळू जाणवत होता. रानातलं खुरटं गवत पिवळं पडत होतं. शिरलेल्या वाऱ्यानं पिकली पानं उडू लागली होती. रानजाईचं दूरवर पसरलेलं जंगल मात्र हिरवंगार दिसत होतं. त्या जंगलाच्या, टेकड्यांच्या उतारावर पसरलेली हिरवळ अजूनही तग धरून राहिली होती. वरून उन्हाचा मारा होत असला, तरी गार वाऱ्याची झुळूक थांबली नव्हती. त्या वेळी अचानक एक गव्यांचा कळप जंगलाबाहेर पडला. खूर उधळत तो गव्यांचा कळप उताराच्या हिरवळीकडे धावत होता. त्यांची शिंगे उन्हात तळपत होती.

कळपाच्या पुढे एक धिप्पाड गवा खूर उधळत धावत होता. उंचपुरा, धिप्पाड आणि थोराड कपाळाचा! त्याची रुंद, बाकदार टोकाची शिंगं उन्हात तळपत होती. पक्कं पोलाद लवावं, तसे त्याचे भरदार स्नायू पळताना लवत होते. सारं अंग भुऱ्या केसांनी माखलं होतं. पळता पळता तो कळपाकडे मागे वळून पाहत होता. आवाज टाकून त्यांना जरब देत होता.

जंगलाच्या हिरवळीवर कळप पोहोचताच तो गवा थांबला. सारा कळपही थांबला. मान उंचावून त्या गव्यानं आपली नजर सर्वत्र फिरवली. हिरवळीच्या कडेला चरणारं एक भेकर त्यांना पाहताच त्वरेनं जंगलात घुसलं. माद्यांनी एकवार त्या गव्याकडे नजर टाकली आणि त्या हिरवळीवर चरू लागल्या. कळपातला दुसरा छोटा गवा माद्यांच्या आडानं गवत हुंगू लागला.

चरतानादेखील त्या छोट्या गव्याची नजर सारखी त्या मोठ्या गव्याकडं जात होती. जेव्हापासून छोट्या गव्याचं अंग भरू लागलं होतं, शिंगं बळ धरत होती, तेव्हापासून मोठा गवा त्याच्यावर अधिक लक्ष ठेवत होता. छोट्यावर नजर जरी पडली, तरी तो मोठा धुस्कारा टाकत होता. त्या धुस्काऱ्याच्या भीतीनं छोट्याचं मन अस्वस्थ होत होतं. त्या मोठ्याची नजर टाळायचा होईल तितका प्रयत्न तो करीत होता.

कीड

चरता चरता मोठ्यानं एकदा जोरानं मान हलवली. खूर बडवले. साऱ्या माद्या आणि छोटा गवा त्याच्याकडं चमकून पाहू लागली. माद्यांना अलीकडे त्याच्या वागणुकीचा अर्थच समजत नव्हता. कुठे तो फार वेळ ठरेनासाच झाला होता. क्षुल्लक कारणावरूनदेखील तो भडकत होता. त्याच्यामागं धावून माद्या थकल्या होत्या, कंटाळल्या होत्या.

मोठ्या गव्याला त्यांच्या डोळ्यांतली नाराजी समजत होती, कळत होती; पण त्यानं तो जास्तच अस्वस्थ होत होता. अलीकडे त्याला सारंच चमत्कारिक वाटत होतं. शिंगांत अखंड रिवरिव होत होती. गेळांतून आग पडल्यासारखी वाटत होती. शिंगांतल्या रिवरिवीनं त्याला जीव नकोसा झाला होता. त्या मोठ्या गव्यानं पुन्हा सर्वत्र नजर फिरवली. माद्या जरी गवत चरत होत्या, तरी त्याचं लक्ष त्यांच्यावर होतं, ह्याची जाणीव त्यांना होत होती. मोठ्या गव्यानं नाक उंचावून वास घेतला, आजूबाजूला न्याहाळलं आणि माद्यांची नजर चुकवून त्यानं गवताला तोंड लावलं. माद्याही समाधानाने चरू लागल्या.

उन्हाच्या तावानं मोठ्याचं अंग तापत होतं. त्यानं मोठ्या गव्याला बरं वाटत होतं. चरणाऱ्या कळपाकडं समाधानाने पाहत तो सारखा आजूबाजूला टेहळणी करत होता. त्याच हिरवळीच्या एका कडेला एक मोठं वारूळ होतं. वारुळावर लक्ष जाताच, त्या दिशेनं तो एकदम धावत सुटला. नकळत त्याच्या मागोमाग थोडं पळून कळप थबकला आणि आजूबाजूला टवकारून पाहू लागला.

वारुळाजवळ पोहोचताच गव्यानं आपलं मस्तक वाकवलं आणि त्या वारुळाला तो रेटू लागला, फुसकारू लागला आणि शिंगं वारुळात खूपसून तो ते वारूळ उडवू लागला. वारुळाची माती त्याच्या शिंगांबरोबर उधळली जात होती. त्याचं भव्य कपाळ त्या तांबूस मातीनं रंगले होतं. सारा कळप कौतुकानं त्याच्याकडं पाहत होता. वारुळाला टक्कर देण्यात थोरल्या गव्याला सुख वाटत होतं. त्यानं एकदा वळून पाहिलं. साऱ्या माद्या त्याच्याकडं कौतुकानं पाहत होत्या. नव्या हुरुपानं तो गवा पुन्हा वारुळाला टक्कर देऊ लागला. शिंगानं माती उधळू लागला. बेभान होऊन तो त्या वारुळावर तुटून पडला. वारुळाचं शिखर पार कोलमडून गेलं. त्यातून वाळव्या सैरावैरा धावत बाहेर पडल्या. शिंगांच्या झटक्याबरोबर त्यातली उडालेली वाळवी त्याच्या मस्तकावर पडत होती. अचानक तो थांबला. त्यानं शिंगं झटकली, पण ते थांबले नाहीत. कानाच्या पाठीमागे शिरलेली वाळवी जोरानं चावे घेत होती. शिंगातली रिवरिव वाढली होती. त्यानं तो

बेचैन झाला आणि चौखूर उधळला. उतरणीवरून तो वाकडातिकडा धावत सुटला. माद्यांना थोडा वेळ काही समजलंच नाही. त्या लांब जाणाऱ्या मोठ्याकडे त्या पाहतच राहिल्या. थोड्याच वेळात भानावर येऊन तो कळप त्याच्या पाठीमागून धावू लागला.

अलीकडे ते त्यांच्या सरावाचंच झालं होतं.

सारी उतरण उतरून मोठा गवा त्या उतरणीच्या पाणथळ जागेला येऊन पोहोचला. फुसकारत त्यानं चिखलात आपलं मस्तक टेकलं, घुसवलं. त्याचं सारं मस्तक त्या चिखलाने बरबटलं. त्या थंड स्पर्शानं त्याला बरं वाटलं. कानात शिरलेलं पाणी झटकत तो उभा राहिला. कळप आला होता. त्यानं कळपावरून नजर फिरवली. छोटा गवा कुठे दिसत नव्हता. त्याने दचकून पाहिलं. बाजूला एका मादीच्या जवळ तो घुटमळत उभा होता. संतापानं मान हुंदाडून मोठा गवा त्या छोट्यावर धावून गेला. मोठ्या गव्याचं चिखलानं माखलेलं ते अजस्र धूड अंगावर येत आहे हे पाहताच, छोटा गवा चार पावलं मागे सरकला आणि पाठ फिरवून धावू लागला. त्या पळालेल्या गव्याकडं पाहत मोठा गवा समाधानानं मान ताठ करून उभा राहिला.

संतापानं, शरमेनं फुसकारत, शिंगं हलवत छोटा गवा कळपापासून थोड्या अंतरावर उभा होता. माद्यांकडे तो पाहत होता; पण माद्या मान वर करूनही त्याच्याकडे पाहत नव्हत्या. त्या खाली मान घालून चरत होत्या. छोटा गवा मुंगीच्या पावलानं कळपाजवळ सरकत होता. तो कळपात परत येऊन मिसळला, तरी माद्यांचं त्याच्याकडे लक्ष नव्हतं. त्या छोट्या गव्याची मान शरमेनं लवली होती. त्याच्या डोळ्यांत मोठ्या गव्याबद्दल अंगार पेटला होता.

त्यानंतरचे आठदहा दिवस असेच त्या थोरल्या गव्याच्या मागून धावण्यात गेले. दिवसेंदिवस तो गवा चिडखोर बनत चालला होता. त्याच्या शिंगातली रिवरिव आता गुणगुण बनली होती. त्याच्या गेळांची आग वाढत होती. खाण्यावर त्याची वासना नव्हती. दिसेल त्या झाडाला शिंगं आदळत, मस्तक घासत तो पुढे जात होता.

कळप त्याच्यामागून धावत होता.

दिवसादिवसाला मोठ्या गव्याची शक्ती क्षीण होत होती आणि छोट्या गव्याला तर तो डोळ्यांसमोर उभा करून घेत नव्हता. सकाळी चारी पायांवर उभं राहायला मोठ्या गव्याला फार श्रम पडत. एका पहाटेला तो असाच जागा झाला. पहाटेचा धूसर प्रकाश सर्वत्र पसरला होता. त्यानं माद्यांकडे दृष्टिक्षेप

टाकला. साऱ्या उभ्या राहून रवंथ करीत होत्या. तोही धडपडत उठला. हळूहळू प्रकाश जंगलावर फाकत होता. पक्ष्यांची किलबिल वाढत होती. कळपापासून थोड्या अंतरावर काहीतरी धसपसलं. चमकून थोरल्या गव्यानं तिकडे नजर टाकली. छोटा गवा एका मादीपाशी वास घेत उभा होता. त्याला मोठ्या गव्याच्या अस्तित्वाची जाणीवही नव्हती. ते पाहताच मोठ्या गव्याचं सारं भान हरपलं आणि तो जोराने धावला.

त्याच्या खुरांच्या आवाजानं छोट्या गव्यानं सावध होऊन पाहिलं. दुरून मोठा गवा वेगानं त्याच्यावर चालून येत होता. छोट्या गव्याला ते असह्य झालं होतं. चार पावलं मागे सरून, शिंगं खाली करून तो पवित्रा घेऊन उभा राहिला. छोट्या गव्याबद्दल वाटणाऱ्या किवेने साऱ्या माद्या धडधडत्या अंत:करणानं बघत राहिल्या.

खाडकन मोठ्या गव्याची शिंगं छोट्याच्या शिंगांवर आदळली; पण जे व्हायला हवं होते ते झालं नाही. छोटा गवा त्या धडकीनं तसूभरही माघारी वळला नाही. मोठ्या गव्याचं सारं मस्तक त्या धडकीने बधिर झालं. वेदना थांबल्या. शिंगं सोडवून घेऊन मोठा गवा चार पावलं मागे सरला आणि मान कलती करून उभा राहिला. मोठ्या गव्यानं पुन्हा ताकदीनं जोराची धडक दिली. मोठ्या गव्याच्या शिंगांतून छोट्या गव्याची शिंगं निसटली आणि मोठ्या गव्याच्या मानेत घुसली. मोठ्या गव्याचे पुढचे पाय मटकन वाकले. भानावर येऊन, तोल सावरत तो मागे सरकला. छोट्याची शिंगं बाहेर पडताच त्याच्या मानेतून रक्ताच्या चिळकांड्या उडाल्या. त्या वेदनेनं तो बेफाम झाला. विस्फारित डोळ्यांनी त्यानं छोट्याला निरखलं आणि मान वळवून तो छोट्यावर तुटून पडला.

दोघंही एकमेकांवर प्राणपणानं तुटून पडले होते. शिंगांचे 'खाडखाड' आवाज घुमत होते. रागानं घुसवलेल्या खुरांबरोबर गवतांच्या चकांद्या मुळासकट उडत होत्या. एकमेकांना रेटत ते मैदानात धडपडत होते. माद्या टवकारून ते भयानक युद्ध पाहत होत्या. मोठ्याची मान रक्तबंबाळ झाली होती. त्याच्या पायातलं बळ जात होतं, पण पराजय मान्य करायची त्याची शक्ती उरली नव्हती. मागे हटताच उसंत घ्यायच्या आत, मोठ्याला छोटा धडकी मारत होता. मोठा गवा असाच मागं सरून मोहरा धरायच्या बेतात असतानाच छोट्यानं मान खाली केली आणि शिंगं रोखून त्यानं जोराचा हल्ला केला. मोठ्याला मान खाली करायचीदेखील फुरसत मिळाली नाही. छोट्यानं मोठ्याच्या मस्तकावर घासत शिंगं वर सरकवली. त्या धडकीनं मोठ्याचे पाय वाकले आणि तो उभ्या उभ्या पडला.

त्याच्या कपाळावर मोठा पांढरा ओरखडा क्षणभर दिसला आणि दुसऱ्याच क्षणी तो रक्ताने माखला. कसाबसा धडपडत मोठा गवा उठून उभा राहिला आणि छोट्यानं विजयानं दिलेला हंबार त्याच्या कानात घोंगावला. कुरणाच्या वर जाईपर्यंत तो थांबलाच नाही. निर्धास्त होऊन त्यानं मागं वळून पाहिलं, तो छोटा गवा तोऱ्यात त्या म्हैशीशी लगट करत होता. ते दृश्य त्याला असह्य झालं. त्यानं तिथेच बसकण मारली.

त्याच्या तोंडातून फेस पडत होता. नाकातून झळा निघत होत्या.

काही वेळ तो गव्यांचा कळप त्या ठिकाणी चरत राहिला. छोटा गवा दिमाखानं कळपावरून नजर फिरवत होता. माद्या चरत असताना आजूबाजूला नजर टाकत होता. बराच वेळ चरून झाल्यावर त्यानं जागा बदलायचं ठरवलं आणि मोठ्या गव्याच्या दिशेला नजर टाकून तो जंगलाकडे पळत सुटला. त्याच्या पाठोपाठ साऱ्या माद्या जाऊ लागल्या. मोठ्या गव्याला ते असह्य झालं. तो धडपडत उभा राहिला आणि त्यानं दीर्घ आवाज दिला.

त्या आवाजाबरोबर साऱ्या माद्या थबकल्या. त्या मान वळवून मोठ्या गव्याकडं पाहू लागल्या. छोट्या गव्यानेही मागं पाहिलं. माद्या थबकलेल्या पाहून त्याला संताप आला. एक वेळ त्यानं जोराचा मुसकारा केला आणि परत तो पळू लागला. माद्या त्याच्या मागोमाग धावू लागल्या. आपण म्हातारे झाल्याची, कळपातून फेकले गेल्याची जाणीव प्रथमच मोठ्या गव्याला तीव्रतेनं झाली. कळपातून बाहेर पडण्याची कल्पनाही त्याला असह्य झाली. आपल्या पराजयाचा, मानाचा, कसलाही विचार न करता तो कळपाच्या मागे धावू लागला. कळपातलं आणि त्याच्यातलं अंतर क्षणाक्षणाला कमी करीत सारं बळ एकवटून तो धावत सुटला.

कळपापासून थोड्या अंतरावर मोठा येताच छोट्याला त्याच्या खुरांच्या आवाजाची चाहूल लागली. त्यानं वळून पाहिलं, तो मोठा गवा मागून येत होता. छोटा गवा थांबला. माद्या पुढे गेल्या.

छोटा गवा थांबलेला पाहताच, नकळत मोठ्या गव्याचे पाय थबकले. छोटा गवा फुरफुरत, आपल्या ओलसर नाकपुड्या फुलवून मोठ्या गव्याकडे आव्हानानं पाहत होता. आपले खूर उभारल्या जागी जमिनीवर ओढत होता. शेपटीचा गोंडा पाठीवर सडकत होता; पण मोठ्या गव्याला पुढं व्हायचं धैर्य नव्हतं. त्याच्या जखमांतून ओघळलेलं रक्त त्याच्या अंगावर गोठलं होतं. त्याचे टपोरे डोळे छोट्यावर स्थिर झाले होते. शेपटी लुळी होऊन लोंबत होती. काही क्षण ते एकमेकांकडे तसेच पाहत राहिले. छोट्या गव्याला कळप दूरवर गेल्याची जाणीव झाली आणि तो पाठ वळवून धावू लागला. मोठा गवाही

काही अंतरावरून कळपामागून जाऊ लागला.

त्या दिवसापासून मोठा गवा असाच त्या कळपामागून जात होता. तो कळप जिथे थांबे, त्याच्यापासून थोड्या अंतरावर तोही थांबे. नंतरच्या पंधरा दिवसांत त्याची हाडं दिसू लागली. त्याची खाण्यावरची वासना तर पुरी तुटली. दिवसेंदिवस कळपाबरोबर धावणंही त्याला कठीण जात होतं. साध्या खड्यावरही त्याचं गेळं टिकेनासं झालं. गुडघ्यातून कळा सुटल्या. तोंडातून फेस आणि लाळ जमिनीला तात धरू लागली. प्रत्येक श्वासाबरोबर त्याच्या नाकपुड्या भाजून निघत होत्या. डोळ्यांतून पाणी ठिबकत होतं. शिंगातले किडे वळवळल्याची जाणीव त्याला स्पष्टपणे होत होती. झालेल्या जखमा पूर्वीसारख्या बऱ्या न होता दिवसेंदिवस चिघळत होत्या. अंगात ताकद नसताही तो कळपाची सोबत शोधीत होता. पाणी दिसेल तिथे तो मनसोक्त पाणी पीत होता. सवड सापडली, तर अंग थंड करून घेत होता.

एके रात्री तो असाच थकून कळपापासून थोड्या अंतरावर पडला होता. भटकून त्याचा जीव त्रासला होता. पहाटेपर्यंत तरी दगदग मिटली, ह्या जाणिवेनं तो धापा टाकत होता. डोळे जड झाले होते, क्षणाक्षणाला ते मिटत होते. कसलीतरी चमत्कारिक ग्लानी त्याच्या डोळ्यांवर धरत होती.

उन्हाच्या तिरिपेने त्याला जागं केलं. चिकटलेले डोळे त्यानं कष्टानं उघडले. सर्वत्र रान पसरलं होतं. पक्ष्यांच्या चिवचिवाटानं जंगल भरून गेलं होते. एक बगळा त्याच्या अंगावर बसून त्याच्या जखमेतली कीड खात होता. त्यानं त्याला समाधान वाटत होते. गव्यानं डोळे मिटले. त्याच वेळी त्याला कळपाची आठवण झाली. त्यानं डोळे खाडकन उघडले. मान वर केली. एका झाडाच्या टोकावर एक गिधाड उन्हात पंख पसरून बसलं होतं. त्याचं लक्ष गव्याकडं लागलं होतं. रात्री जिथे कळप होता ती जागा मोठ्या गव्यानं धुंडली. शेणाचे पडलेले पो हुंगले. मान वर करून मोठ्याने आवाज दिला. जंगलात त्या आवाजाचा प्रतिध्वनी उमटला. झाडावर बसलेलं गिधाड पंख फडफडवत उडालं. त्याच्या आवाजाला उत्तर आलं नाही. गव्याने पुन्हा एकदा वास घेतला आणि तो धावत सुटला.

सारा दिवस तो धावत सुटला. त्यानं सारे उतार, चराईच्या जागा, पाण्याच्या जागा, बसायच्या जागा धुंडल्या; पण कळप त्याच्या नजरेत आला नाही. उन्हात त्याचं अंग पोळून निघत होतं. वृक्षाच्या सावलीत क्षण वा दोन क्षणांची विश्रांती घेत तो कळपाच्या आशेनं धावत होता. साऱ्या जंगलात आपण अगदी एकटे आहोत, असं त्याला वाटत होतं.

प्रत्येक टापूवर उभा राहून जंगल न्याहाळत, आवाज देत तो वेड्यासारखा फिरत होता. जंगल आपणाला खायला उठलं आहे, असं त्याला वाटत होतं.

संध्याकाळपर्यंत त्यानं अर्धं जंगल पालथं घातलं होतं, पण त्याला कळप भेटला नव्हतं. शेवटी फिरता फिरता तो त्या जंगलातल्या एका छोट्या तळ्यापाशी आला. त्या तळ्याला केंदळाने कडं केलं होतं. मधल्या भागात आरशासारखं स्वच्छ पाणी शांत होतं. कळपाची आणि आपली ताटातूट झाली, ह्या दु:खात तो आपलं सारं दु:ख विसरला होता. निराश मनानं तो तळ्याजवळ गेला. तळ्याच्या काठावर जाऊन तो पाणी पिऊ लागला. त्या गार पाण्याच्या स्पर्शानं त्याची गेळं थंडावली. तो तसाच तळ्यात शिरला. अंगाला होणारा गार स्पर्श त्याला बरा वाटत होता. पुढे झेप घेऊन त्यानं आपले सारं अंग पाण्यात लोटून दिलं आणि पाय हलवायला सुरुवात केली; पण क्षणांत पाय हलवण्याचेही त्राण अंगात नसल्याची जाणीव त्याला झाली. त्याच्या नाकातोंडात पाणी शिरलं. धडपडत तो कसाबसा काठावर आला आणि उभ्याउभ्या त्यानं काठाच्या उथळ पाण्यात बसकण मारली. ग्लानीनं त्याला घेरलं.

सकाळच्या गार वाऱ्यानं त्याला जाग आली. त्यानं आपले डोळे कष्टानं उघडले. तळ्यातल्या शांत पाण्यात दिसणाऱ्या दृश्याकडे तो पाहतच राहिला. त्या शांत तळ्यात त्याला त्याचा कळप दिसत होता. बराच वेळ तो स्थिर नजरेनं ते पाहत होता. हळूहळू त्यानं आपली दृष्टी वर वळवली. तळ्याच्या पलीकडे त्याचा कळप चरत होता. छोटा गवा दिमाखाने कळपावर लक्ष ठेवत होता. माद्या समाधानाने चरत होत्या. छोटा गवा चरता चरता एका वारुळाजवळ पोहोचला होता. छोट्या गव्यानं ते वारुळ एकदा निरखलं. आपली शिंगं वळवली आणि खसकन ती आटणी वारुळात लावून त्याने मान घसकन वर केली; आणि वारुळाचं शिखर उन्मळून पडलं. वारुळावर त्यानं आपलं मस्तक जोरानं घुसळलं. त्याचं सारं मस्तक त्या तांबूस मातीनं माखलं. साऱ्या माद्या त्याच्याकडे शेपट्या खेळवत कौतुकानं पाहत होत्या. त्या कौतुकाची जाणीव होऊन त्यानं पुन्हा वारुळावर हल्ला चढवला.

मोठ्या गव्याला ते पाहणं असह्य झालं. प्रयत्न करूनही त्याला उठवत नव्हतं. सारं बळ एकवटून तो उभा राहिला आणि त्यानं आवाज दिला. तळ्याकाठचे सारे पक्षी फडफडत उठले. टिटव्या ओरडू लागल्या. माद्या कान टवकारून त्याच्याकडं पाहू लागल्या. छोट्या गव्यानं मान वळवली. मोठा गवा त्याच्याकडं टक लावून पाहत तळ्याच्या पलीकडे उभा होता.

त्या मोठ्या गव्याला पाहताच क्रोधानं खूर बडवत, नाकपुड्या फेंदारत छोटा गवा चार पावलं पुढे झाला. उभारल्या जागेवरून मोठ्या गव्यानं पुन्हा एकदा दीर्घ हंबार केला, पण त्या हंबारात युद्धाचं आव्हान नव्हतं. अभिमानाचा सूर नव्हता. कसल्यातरी अज्ञात व्यथेची व्याकूळता होती. हंबार करून कसंबसं एक पाऊल मोठ्या गव्यानं पुढे टाकलं. दुसरं पाऊल टाकण्याचं त्राण त्याच्या अंगात नव्हतं. उभ्याउभ्याच तो धाडकन पाण्यात कोसळला. त्याचं सारं मस्तक पाण्याखाली गेलं आणि शिंगांची दोन टोकं तेवढी त्या पाण्यावर दिसू लागली.

बांधावर बसलेल्या कोल्ह्यानं बसल्या जागी जांभई दिली. एकदा त्यानं आकाशाकडं पाहिलं. आकाश ढगांनी गच्च भरलं होतं. भर दिवस असूनही जमिनीवर सावली पडत नव्हती. ठिबकणारे थेंब भिजल्या अंगावर शहारे उठवत होते. गेले दोन दिवस तो कोल्हा त्या उसाच्या फडात बसून होता. भुकेनं त्याचा जीव कालवला होता. अंगातलं त्राण सरत होतं. पाऊस जरा उघडलेला पाहून तो बांधावर धीर करून चढला होता.

कोल्ह्यानं एकदा अंगं झाडलं. फडाच्या बाहेर डोकावण्याचा विचार करीत तो पाऊल उचलणार, तोच फडात खसफस झाली. कोल्ह्यानं कान उभारले. काहीतरी त्याच्याच दिशेनं येत होतं.

'ससा असला तर! पण एवढी खसफस होणार नाही. मग काय असेल?'

कोल्हा आवाजाच्या दिशेनं फडाकडे लक्ष ठेवून बसला होता. आवाज नजीक आला. क्षणभर थांबला. बहुतेक सावजाने कोल्ह्याला पाहिलं असावं. कोल्हा झेपावण्याच्या बेतात होता. तोच फडातून ते बाहेर आलं.

रानमांजर! काळ्या रंगाचं, अंगानं भरलेलं! मांजराची बेगुमान नजर कोल्ह्यावर स्थिरावली. कोल्ह्यानं काही करायच्या आधीच त्यानं अंग फुलवलं. क्षणभर अंगाची कमान करून ते तसंच उभं राहिलं आणि एकदम ते वळलं. ठिसफिसत फडात निघून गेलं. कोल्हा शांतपणे नाहीसा होणारा तो आवाज ऐकत होता. 'ही मांजरं अशीच! अकारण अंग फुलवणारी!'

एका जागेला बसून काही मिळणारं नव्हतं. पाऊस उघडला होता, तसे पाय हलवायला हवे होते. कोल्हा सावकाश बांधावरून फडाबाहेर आला. त्यानं आजूबाजूला पाहिलं. पात्र सोडून नदी शिवारात पसरली होती. तांबडंभोर पाणी चौफेर पसरलं होतं.

याच पाण्यानं घात केला होता. सगळी घळणं पाण्यानं भरली होती. बसायलासुद्धा निवाऱ्याची जागा राहिली नव्हती. असल्या पावसात खायला तरी

सुख

काय मिळणार होतं!

पायाखालचं गवत भिजलं होतं. मधूनमधून पाणी भरलं होतं. पाय झाडीत, बेतानं पाय टाकीत कोल्हा नदीकाठानं जात होता. अचानक त्याच्या पायातून भला मोठा, पिवळा बेडूक उडाला. बेडूक थोड्या अंतरावर जाऊन पडला होता. कोल्ह्यानं त्याच्याकडे पाहिलं. थंड नजरेनं बेडूक कोल्ह्याकडे पाहत होता. कोल्हा भुकेला होता. तरीही बेडकाला पाहून त्याला शिसारी आली. बेडूक काही खरा नव्हे! त्याच वेळी बेडकाने दुसरी उडी घेतली. बेडूक नदीच्या पाण्यात मिसळला.

कोल्हा एकदम थांबला. उसाच्या फडाला लागून गवतावर काहीतरी चरत होतं. कोल्ह्यानं बारीक नजरेनं पाहायला सुरुवात केली. एक पानकोंबडं आपल्या खुरट्या शेपटीचा पिसारा वरखाली करीत गवतावर चरत होतं. बारीक टोळ टिपत होतं. फडाच्या आतल्या बाजूनं गेलं असतं, तर कदाचित ते सापडलंही असतं; पण उघड्यावरून एवढं अंतर जाईपर्यंत कठीणच!

'प्रयत्न करून पाहायला काय हरकत आहे?'

कोल्हा गवतावर दबला. गवतावर त्याचं पोट घासत होतं. दबत दबत कोल्हा पुढे सरकत होता. कोल्ह्यानं चार पावलं टाकली आणि ते चरणारं पाणकोंबडं एकदम थांबलं. आपली शेलाटी मान उंचावून ते बघत होतं. कोल्ह्याला पाहताच त्यानं 'कक्' असा आवाज केला आणि धारेवरनं मासळी सुटावी तसं ते पाण्यात जाऊन पडलं.

कोल्हा उठून उभा राहिला. त्यानं परत अंगं झाडलं. गवतावरून तो सावकाश चालत होता. उसाचा फड, नदीकाठ सोडून तो ओढ्याच्या काठावर आला. ओढ्याचं पाणी खळाळून, फेसाळत धावत होतं. ओढ्याकाठच्या माळावर कोणी दिसत नव्हतं. सारा माळ हिरव्या गवतानं झाकलेला, चिंब भिजलेला होता.

कोल्हा ओढ्याच्या काठानं सावकाश जात होता.

'खेकडा!'

कोल्ह्याचं लक्ष एकदम खेकड्यावर गेलं. भलामोठा, काळा खेकडा गवताची पाती कुरतडत होता. कोल्ह्याच्या तोंडाला पाणी सुटलं. खेकडा नजीक होता. कोल्हा उभारलेल्या जागी दबला. कोल्ह्याचा डोळ्यांवर विश्वास बसेना. डोळ्यादेखत खेकडा पळत होता. कोल्ह्यानं उडी घेतली; पण खेकडा सापडला नाही. आश्चर्याने त्याने इकडंतिकडं पाहिलं. गवताच्या गङ्ड्याखाली असलेलं खेकड्याचं बीळ त्याच्या नजरेत आलं. सारा संताप उसळला. आपल्या पंजांनी कोल्ह्यानं बीळ उकरायला सुरुवात केली. चिखल उडत होता.

कोल्हा एकदम थांबला. तसं करून खेकडा मिळणं कठीण होतं.

कोल्ह्यानं खेकड्याचा नाद सोडला. तो चालू लागला, पण त्याच्या डोळ्यांसमोरून तो खेकडा हलत नव्हता. तेवढा मिळाला असता, तर चिंता नव्हती! पण जरा उशीर झाला होता.

ओढ्याचं पाणी पाहत कोल्हा पुढे जात होता. अचानक त्याचं लक्ष ओढ्याच्या काठच्या एका बिळावर स्थिरावलं. बिळाच्या तोंडाशी ताज्या मातीच्या गोळ्या दिसत होत्या. बिळाच्या आकारावरून खेकडा मोठा असला पाहिजे, हे कोल्ह्यानं ओळखलं. कोल्हा सावकाश बिळाजवळ गेला. बिळाच्या तोंडाशी खेकडा नव्हता, पण खेकडा बिळात असल्याची खात्री कोल्ह्याला होती.

कोल्ह्यानं आजूबाजूला पाहिलं. कोणी नजरेत दिसत नव्हतं. कोल्ह्यानं शांतपणे बिळाकडे पाठ केली. मागे बघत त्यानं आपल्या शेपटीचा गोंडा बिळात सरकवण्याचा प्रयत्न सुरू केला. शेवटी बिळात शेपटी शिरली. शेपटीला हेलकावे देत कोल्हा बसून राहिला. शेपटीच्या केसांना काहीतरी धरण्याचा प्रयत्न करीत होतं, हे कोल्ह्याला जाणवलं. खेकड्याला खेळवत गवतावर आणायला फारसा वेळ लागणार नव्हता. कोल्ह्यानं मागे सरून शेपटी जरा आत सरकवली.

कोल्ह्याच्या डोळ्यासमोर खेकडा दिसत होता. गवतावर आलेला खेकडा पंजानं उडवायचा; उताणा पडला, पांढरं पोट दिसलं की, पकडायचा!

त्या खेकड्याच्या चवीनं कोल्ह्याच्या तोंडाला पाणी सुटलं, जिभेनं लाळ पुसत तो बसून होता.

अचानक एक असह्य कळ त्याच्या मस्तकात घुसली. काय होतं हे कळायच्या आत कोल्हा झेपावला. वाट दिसेल तिकडे पळत सुटला. पळतानासुद्धा त्या कळीची सोबत सुटत नव्हती. शेपटीला अडकलेल्या ओझ्याची जाणीव त्याला होत होती.

त्या चिखलातून पळून कोल्हा दमला. त्याचा वेग मंदावला. त्यानं मागे वळून पाहिलं. शेपटीला खेकडा चिकटला होता. खेकडा पकडण्यासाठी कोल्हा वळला. गरकन स्वतःभोवती फिरला, पण तो खेकडा तोंडात आला नाही. खेकड्याची शेपटीची पकड बळकट होत होती. असह्य वेदना उठत होती. ती वेदना सोसणं कठीण होत होतं.

कोल्हा परत धावत सुटला.

चिखलातून धावून कोल्ह्याचं बळ सरत आलं होतं. गवतावर पडून तो धापावत होता. येईल ती वेदना सोसण्याचा त्यानं निर्धार केला. कोल्हा सारखा धापत होता. पडल्या जागी कळ सोसत होता.

कोल्हा अचानक भानावर आला. शेपटीची पकड कमी होत होती. अंग न हलवता कोल्हा तसाच बसून होता. शेपटीची पकड कमी झाल्याचं त्याला जाणवलं. क्षणाची उसंत घेऊन कोल्हा परत उसळला. थोडं अंतर तसाच धावला. शेपटीला ओझं जाणवत नव्हतं. त्यानं वळून शेपटीकडं पाहिलं. शेपटीच्या टोकातून रक्ताचे थेंब भिजल्या गवतावर ठिबकत होते.

ते रक्त पाहताच त्याला खेकडा आठवला – हरामखोरानं रक्त काढलं होतं. 'तो गवतावरच असणार!'

शेपटीची वेदना विसरली गेली. कोल्हा त्वेषानं वळला. खेकड्याला शोधत आल्या पावली तो मागे वळला.

खेकडा गवतावरून जात होता. तिरक्या चालीनं तो भला मोठा खेकडा ओढा जवळ करीत होता. कोल्हा नजीक जाताच खेकड्याने चाल थांबवली. आपल्या नांग्या उंचावून तो पाहू लागला. त्याचे डोळे बाहेर आले होते. नांग्या वळवळत तो उभा होता. त्या जाड, फाकलेल्या नांग्या, त्यांच्या कातरदार कडा कोल्हा पाहत होता. कोल्हा खेकड्याभोवती फिरत होता. तो फिरेल तसा खेकडाही आपला पवित्रा बदलत होता.

कोल्हा आता निर्धास्त होता. शिकार आता हातात आली होती. कोल्ह्यानं अंदाज घेतला आणि आपल्या पंजानं खेकड्याला उडवलं. खेकडा थोड्या अंतरावर जाऊन पडला. कोल्ह्याची नजर वळायच्या आत आपल्या नांग्या पसरून तो उभा राहिला होता. कोल्ह्यानं परत पंजाचा वापर केला.

गवतावर खेकडा उताणा पडलेला दिसला. क्षणभर त्याचं पांढरं पोट नजरेत आलं. त्याच क्षणी कोल्ह्यानं आपला जबडा त्यावर आवळला.

तोंडात खेकडा आला होता. आवळल्या जाणाऱ्या दातांबरोबर कोल्ह्याच्या डोळ्यात सुख उतरत होतं.

डोंगराच्या माथ्यावर रुपेरी कडा उमटली होती. पहाटेचं धुकं पांघरून डोंगराची वळचण अद्याप झोपी गेली होती. एखादी रानकोंबड्याची बांग त्या नीरव शांततेचा भंग करी. हळूहळू सूर्य रानावर आला आणि रानावरचं धुकं बसल्या जागी विरू लागलं. नाहीशा होणाऱ्या धुक्याबरोबरच त्या गर्द रानाच्या मध्यभागी उभा राहिलेल्या, उंच गेलेल्या पर्णहीन वृक्षाला जाग आली. त्या वृक्षाच्या बुंध्याभोवती खुरट्या रानाचं मोकळं आवार होतं. तेवढी मोकळी जागा सोडली, तर सभोवताली दाट जंगल वाऱ्यावर सळसळत होतं. पूर्वी त्या वृक्षाजवळचा आवार त्या वृक्षाच्या दाट दाट सावलीनं आच्छादलेला असे. त्या झाडाच्या बारीक फांद्या केव्हाच वाऱ्या-वादळात कोसळल्या होत्या. आता राहिला होता तो वेडावाकडा, उंच आकाशात चढलेला सोट. त्या झाडावर साकळलेले दवाचे थेंब झाडावरून ओघळत होते. त्या जर्जर शरीरावर शहारे उठत होते.

डोंगरउतरणीवरून झाड पाहत होतं. रानाच्या नव्या, हिरव्या पालवीवर मोहराचे रंगीबेरंगी तुरे उमटले होते. डोंगराच्या पायथ्याला नदीचा पट्टा दिसत होता. वाढत्या किरणांबरोबर पक्ष्यांच्या आवाजानं रान भरून गेलं. आजूबाजूच्या वृक्षराईत पक्ष्यांची किलबिल चालू होती. उभ्या जागेवरून ते झाड पाहत होतं; ऐकत होतं.

झाडाचं लक्ष पायाशी गेलं. एक खार चरत सावलीतून झाडाच्या मोकळ्या जागेत आली होती. खुरट्या गवतात ती चरत होती. आपल्या शेपटीचा फुलोरा फुलवून ती मध्येच दोन पायांवर उभी राही. आपल्या इवल्याशा पंजांनी ती तोंड पुसे आणि परत चरण्याचा उद्योग करी.

"चिर्रऽऽ" खार ओरडली. नाकपुडी रुंदावून तिनं वास घेतला आणि

पर्णहीन

कशाला तरी घाबरलेली ती खार आश्रयासाठी सरळ झाडाकडे धावली. सरसरत ती झाडावर चढली. त्या नाजूक पावलांच्या स्पर्शानं झाडाचं उभं अंग सुखावलं. ती खार अर्धअधिक झाड चढून झाडाच्या तुटल्या फांदीच्या खोचाऱ्यावर बसली. तिथून ती आजूबाजूला पाहत होती. काही वेळ ती तशीच दबून बसून राहिली. कसला धोका नाही हे लक्षात येताच तिचं अंगं सैल पडलं. शेपटी फडफडली. आपण कुठे बसलो आहोत हे तिच्या ध्यानी आलं. सरसरत ती झाडावरून उतरू लागली. जाता जाता तिनं झाडाच्या मोकळ्या ढोलीत डोकावलं. 'चिर्रऽऽ असा नापसंतीचा आवाज काढून, भरभर झाड उतरून ती गर्द राईकडे धावली. सावलीत दिसेनाशी झाली. पूर्वी याच झाडावर खारी अखंड बागडायच्या. निवाऱ्याला राहायच्या.

नकळत झाडाचा सुस्कारा बाहेर पडला. झाडाच्या करपलेल्या सालीला आणखीन एक तडा गेला.

ऊन रानावर चढत होतं. उभ्या जागी झाड आपली आवरती, वेडीवाकडी सावली पाहत होतं.

रानातनं एक चितळांचा कळप खसपसत बाहेर आला. झाडाखालच्या मोकळ्या आवारात क्षणभर उभा राहिला. चितळांची ठिपकेदार, लवलवणारी अंगं उन्हात तळपत होती. त्यातला शिंगाडा आपली फाटेदार काळी शिंगं मागे कलती करून वारा हुंगत होता. माद्या खुरट्या गावताला तोंड लावत होत्या. अचानक नराने 'मॅकऽ' असा आवाज दिला आणि तो चालू लागला. त्याच्या पाठोपाठ आज्ञाधारक माद्या जात होत्या. कळप दिसेनासा झाला. त्यांच्या पावलांखाली वाजणारा पालापाचोळा तेवढा ऐकू येत होता.

'पूर्वी हीच चितळं, भेकरं झाडाची पडलेली फळं खायला गोळा व्हायची, भांडायची, सावलीत तासन् तास रवंथ करीत बसायची.'

झाडानं आपल्या सावलीकडे पाहिलं. अनेक खोचाऱ्यांनी, अर्धवट फांद्यांनी आकारलेली ती सावली शिंगाड्याच्या शिंगांसारखीच दिसत होती.

सूर्य माथ्यावर आला. सावली पायाशी घेऊन भर उन्हात झाड पेंगत होतं. झाडावर एक सावली थरारली. झाडानं वर पाहिलं. एक ससाणा आपले पंख पसरून आकाशात स्थिरावला होता. आपली पंखे लवलवीत काही क्षण तो तसाच स्थिर राहिला आणि त्यानं सरळ झाडाच्या शेंड्यावर आसन ठोकलं. त्याच्या धारदार नख्यांच्या स्पर्शानं झाड नको तितकं भयभीत झालं. ससाणा स्तब्ध बसून होता. आपल्या वेधक डोळ्यांनी सारं रान निरखीत होता. तीक्ष्ण कानांनी कानोसा घेत होता.

झाड आजूबाजूला पाहत होतं. खालचं मोकळं आवार शोधत होतं. कुठं

काही दिसत नव्हतं.

'मग हा ससाणा का बसून राहिला?'

पण झाडाला फार काळ वाट पाहत बसावी लागली नाही. एक हिरव्या गार पोसव्यांचा थवा रानावरून खाली उतरत होता. ससाणा बसल्या जागी फुलला आणि आकाशात उंच उडाला. झाड बघत होतं. जंगलावरून उतरणीकडे तो पोसव्यांचा थवा जात होता. त्या थव्यावर, कितीतरी उंचीवर ससाणा होता. ससाण्यानं अंग झोकून दिलं. सरळ रेषेत तो उतरत होता. पोसव्यांना त्याची जाणीव ऐन वेळी झाली. पोसव्यांचा थवा एकदम विस्कटला आणि ससाणा काही न मिळवता खाली जाताना दिसला.

ते पाहून झाडाला कितीतरी बरं वाटलं.

पूर्वी झाडाच्या गर्द सावलीत ससाणा थारा करीत नसे.

पायाशी गोळा झालेली सावली परत पसरू लागली. रानातला उबारा जाणवत होता. एक अवखळ वारं भिरभिरत रानावर आलं. झाडाच्या आवारात उगीचच घोटाळलं आणि पालापाचोळा उडवून निघून गेलं.

झाडाच्या ढोलीतल्या उरल्या काटक्या वाऱ्यावर उधळल्या गेल्या होत्या. जुनी पंखे हेलकावे घेत जमिनीवर पडत होती. मागे ढोलीत पोपटांनी घरटी केली होती. नंतर त्याच ढोलीत घुबडं राहिली होती. उरलेली निशाणी! तीही वाऱ्यानं उधळून लावली होती. झाडाला उगीचच जुन्या आठवणींनी डिवचलं.

पोपट पिलांसाठी गळ्यातनं चारा घेऊन येत. लालबुंद अंगांची ती पिलं ढोलीच्या तोंडाशी येऊन माना उंचावत. त्यांच्या इवल्याशा चोचीत चोच घालून आपल्या गळ्यातला घास पोपट भरवीत. पंखे फुटली, तरी ढोलीतच बसून राहणाऱ्या पिलांना पोपट एके दिवशी बाहेर ढकलीत. फडफडत खाली जाणाऱ्या त्या भित्र्या पिलांना मध्येच बळ गवसे. कशीबशी ती उडत फांदी गाठत. ते पाहून मोठ्या पोपटांना केवढा आनंद होई! त्यांच्या कलकलाटानं सारं रान भरून जाई.

पण काय झालं कोण जाणे! पुढे पोपट कमी झाले. झाडाला फळं येईनाशी झाली. रात्री झोपी जावं आणि सकाळी पाहावं, तर एखादी फांदी तुटून पडलेली. 'पण जाणवलं कसं नाही?' एका हिवाळ्याच्या आधीच झाडाची पानं पिवळी पडली. सुकली. झाडाखाली पानांचा खच पडला. पुढे सर्व रानाची गत तीच झाली. ते पाहून झाडाला अवेळी पानं पडल्याचं दुःख झालं नाही. पुढं साऱ्या रानाला नवी पालवी आली. रान परत नाना वासांनी, नाना रंगांनी फुललं; पण झाडाला पालवी आली नाही. एकही कोंब आला नाही. नाही म्हणायला एक कोंब आला होता; पण तो उन्हात वाळून गेला. रिकाम्या पडलेल्या ढोलीत

काही दिवस घुबडांनी वस्ती केली. रात्र पडली की, फडफडत ती बाहेर पडत. दिवस आला की, ढोलीत येऊन आपल्या बटबट्या डोळ्यांनी न दिसणारी स्वप्नं बघत. पुढे तीही निघून गेली. झाडाला त्याचा आनंद वाटला. रात्रीची झोपमोड आता टळली होती.

झाड माकडांच्या आवाजानं भानावर आलं. त्यानं पाहिलं, झाडाच्या बुंध्याजवळच्या मोकळ्या आवारात काळ्या तोंडाची माकडं उतरली होती. काळा हुप्प्या मध्यभागी बसला होता. आजूबाजूला माद्या, पिलं फिरत होती. एक माकड कारण नसता झाडावर चढलं. एका खोचाऱ्यात बसून त्यानं आपला पराक्रम दाखविण्यासाठी दात विचकले. त्याबरोबर बसल्या हुप्प्यानं आवाज टाकला. झाडावरचं माकड भ्यालं. बसल्याजागी काहीतरी चाळा म्हणून झाडाची तडे गेलेली साल उचकटू लागलं. झाड त्या चाळ्यांनी बेचैन होऊन गेलं. अचानक माकडाचा उद्योग थांबला. सारीच माकडं भित्र्या नजरेने कानोसा घेत होती. रानाच्या खालून माकडांचा आवाज चढत होता. हुप्प्यानं टणकन उडी मारीत झाडी गाठली. पाठोपाठ सारी माकडं चीत्कारत पळाली. झाडीत नाहीशी झालेली माकडं हळूहळू झाडांच्या शेंड्यांवर दिसू लागली. दाच विचकत, ओरडत ती शेंड्यांवरून झेपावत होती. साऱ्या रानात माकडांच्या आवाजाखेरीज काहीच ऐकू येत नव्हतं.

'माकडांना एवढं भ्यायला काय झालं?'

उतरणीवर वाढती खसपस ऐकून येत होती. काटक्या मोडत, धडपडत एक पाडा मोकळ्या जागेत आला. झाडाभोवती त्यानं फेरा घातला. झाड पाहत होतं. पाड्याची सारी लव तरारली होती. नाकपुड्या रुंदावल्या होत्या. शेपटीचा गोंडा उभारला होता. पाखरलेले कान कानोसा घेण्यासाठी फिरत होते. काळापांढरा, ठिपकेदार पाडा उभ्या जागी खूर बडवत होता. धापत होता. मूर्तिमंत भीती त्याच्या डोळ्यांत उतरली होती. झाडावरची माकडं पाड्याकडे पाहत होती. त्यांचं ओरडणं एकदम थांबलं आणि त्याच वेळी विजेचा लोळ उतरावा, तसा एक बिबट्या वाघ झाडीतून झेपावला. सावध असलेल्या पाड्यानं पळण्यासाठी पावलं उचलली. तोच त्याच्या मागच्या फऱ्यावर वाघाची चपराक बसली. पाडा गर्रकन वळला आणि दुसऱ्या क्षणी पाड्याचा गळा वाघाच्या तोंडात सापडला. एकच धडपड उडाली. खुरांचा धुराळा आणि वाघाची गुरगुर यांत काही दिसेनासं झालं. सारं बळ एकवटून पाड्यानं हुंदाडी दिली. वाघ धडपडत बाजूला पडला. गुरगुरत झाडीत निघून गेला. ते दृश्य पाहत बसल्या जागी गाोठलेली माकडं सावध झाली आणि चीत्कारत झाडावरून चारी दिशेला झेपाावत सुटली. झाडानं पाड्याकडं बघितलं. त्याच्या गळ्यातून रक्ताचा लोंढा

वाहत होता. मान वर करता येत नव्हती. पाडा आपल्याच भोवती गरगर फिरला आणि त्याचे पुढचे पाय वाकले. उभ्या उभ्या पाडा खाली कोसळला. झाडाच्या जिवाचं पाणी पाणी झालं.

'कसं चुकलं असेल हे जनावर? गाव सोडून रानात कसं शिरलं?'

झाडानं कष्टानं पाहिलं. पाडा पडून होता. खूर माती उकरत होते. बराच वेळ असं चालू होतं. त्याच वेळी सावली घोटाळली. झाडानं भीतीनं वर पाहिलं. एक भलं मोठं गिधाड आकाशात फिरत होतं. सावकाश ते झाडावर उतरलं. आपले पंख आवरते घेऊन एकटक नजरेने ते त्या पाड्याकडे पाहत होतं. पाड्याचे खूर अजूनही हलत होते. ती धडपड थांबण्याची वाट गिधाड पाहत होतं. सूर्य मावळतीकडे निघाला होता.

शिंकत, केकाटत एक काळ्यापांढऱ्या पट्ट्यांचं तरस त्या जागेत अवतरलं. खुरडत ते चालत होतं. नाक उंचावून ते वास घेत होतं. त्या गिधाडापेक्षाही त्या तरसाला पाहून झाडाचा थरकाप झाला. तरस हळूहळू पाड्याकडे सरकत होतं. ते पाड्यावजळ पोचलं आणि भीतीनं वळलं. झाडीतून आपले भेदक डोळे रोखीत, मिशा पिंजारीत, शेपटी फडकावीत बिबट्या वाघ गुरगुरत बाहेर आला होता. तरस जोरानं केकटलं आणि पाय फरफटत रानात निघून गेलं. वाघ शांतपणे आपल्या शिकारीकडे जात होता.

गिधाड एकदम उडालं. डोंगर उतरणीवरून ते संथपणे जात होतं. वाघ परत पाड्याच्या नरड्याला भिडला होता. ते पाहत झाडाचा ओलावा आटत होता. झाडानं आशेनं बघितलं.

सूर्य मावळत होता. लांब सावली दिसेनाशी झाली. रातकिड्यांच्या अखंड नादात कसलाही आवाज, धडपड आता ऐकू येत नव्हती.

झाडाजवळ आता पाहण्याचं त्राणही राहिलं नव्हतं.

/

नदीचं पात्र अनेक ठिकाणी खंडित झालं होतं. अधूनमधून पाण्याचे साठे दिसत होते. नदीची तेवढीच खूण दिसत होती. नदीकाठची मळवी उन्हात तापत होती. काठावरच्या, नदीकडे झुकलेल्या बच्चांची पालवी हिरवीगार दिसत होती. उन्हाच्या रखाट्यात होरपळल्या जाणाऱ्या शिवारावर ती बच्च्यांची हिरवीगार झाडं डोळ्यांना थोडा विसावा देत होती.

त्या गार सावलीखालचं पाणी नितळ होतं. आलेल्या वाऱ्याबरोबर गिरक्या घेत उतरणाऱ्या पानांच्या स्पर्शानं त्या शांत पाण्यावर शहारे उठत होते. त्या जलाशयात इतर माशांबरोबर एक गोजळेची जोडी रमत होती. मादीच्या डोळ्यांत तृप्तता उतरली होती. आपल्या शेपटीचा नाजूक पंखा हलवून ती सहजपणे वळणं घेत होती. ही तृप्तता तो नर त्याच समाधानानं पाहत होता. मादीच्या अंगाला लपेटून जाताना त्याला समाधान वाटत होतं. समाधान आठवत होतं. नरानं श्वासासाठी वर धाव घेतली. शांतपणे पाण्याच्या पृष्ठभागावर तोंड काढलं. श्वास घेतला. त्या पाण्यावर एक वलय उठलं. तो नर मागं वळला, तेव्हा मादी त्याच्याकडे पाहत होती. दोघं मिळून पाण्याच्या तळाकडे धावले. खडकावरचे शेवाळ भूक नसता कुरतडू लागले. पाण्याच्या पृष्ठभागावर एक निवळीचा किडा गिरक्या घेत फिरत होता. त्यानं स्वच्छ केलेल्या पाण्यातलं अन्न शोधत मासोळ्या फिरत होत्या.

वाढत्या दिवसाबरोबर पाणी कमी होत होतं. उन्हाचा ताप वाढत होता. पाण्यावर धरलेल्या सावलीतही थारा मिळत नव्हता. मादी तर राहून राहून जाबासाठी पाण्यावर येत होती. तीच अवस्था इतर माशांची होती. पाणी प्यायला उतरलेले बगळे, कावळे, अधाशीपणे पाण्याच्या तळाशी खेळणारे मासे पाहत होते. पाणी अजून खूप खोल होतं.

वाढत्या उष्णतेनं धापावलेली मादी श्वास घ्यायला पृष्ठभागावर आली. आकाश मोकळं होतं. प्रकाशानं भरलेलं होतं. श्वास घेत असता डोळ्यासमोर

नजर

फडफड झाली. झाडाच्या शेंड्यावरून काहीतरी वेगाने खाली उतरलं. काय होतं हे कळायच्या आत शेजारचा मासा उचलला गेला. क्षणभर दिसला, तो रंगीत पाखराच्या चोचीत गवसलेला मासा! त्याची फडफडणारी शेपटी. मादी सळकन खाली उतरली. खडकावर रेलून धापावाली. काळजीनं नर नजीक धावला. मादीभोवती फेऱ्या घालू लागला. धीर करून जवळ गेला आणि संतप्त मादीनं एकदम त्याला चावा घेता. अलीकडे मादी असंच करू लागली होती.

एके दिवशी उन्हाची तगमग वाढली असतानाच अचानक वारा सुटला. झाडाची पानं, काटक्या त्या पाण्यात पडू लागल्या. भ्यालेले सारे मासे तळाशी जाऊन बसले. आधीच जड झालेल्या अंगाला पाण्याखाली फार वेळ राहता येत नव्हतं. मादी राहून राहून पृष्ठभागावर जाऊन जाब घेत होती.

हळूहळू वारा थांबला. उन्हाची काहिली वाढली. पाण्याच्या पृष्ठभागावर आलेल्या गोजळेनं पाहिलं. आकाश भरून आलं होतं. अचानक पाण्यावर लाह्या फुटू लागल्या. पाण्याच्या धारा त्या जलाशयावर कोसळत होत्या. साऱ्या माशांनी पाण्याचा तळ सोडला. सारे पृष्ठभागावर पोहत होते. त्या गार थेंबांचा स्पर्श आपल्या खवलेदार, सावळ्या पाठींवर झेलत होते. विजांचा प्रकाश डोळे दिपवत होता. पाण्यावर लाटा उठत होत्या. पाऊस अखंड कोसळत होता. एक प्रकाशाचा लोळ खाली उतरताना दिसला. साऱ्या माशांनी तळ गाठला. पाणी उसळलं. मासे घाबरून सैरावैरा धावत होते. पाण्यात झाडाची फांदी उतरली होती. त्या पानांतून, फांद्यांतून मासे वाट शोधत होते.

पाऊस अखंड पडतच होता. त्या नितळ पाण्यात हळूहळू तांबडं पाणी येऊन मिसळू लागलं. ते पाणी वाढत होतं. अचानक एक पाण्याचा लोंढा त्या पाण्यात घुसला. त्याबरोबर आलेले मासेही. काय होतंय हे कळत नव्हतं. नव्या पाण्याने बेचैन बनलेली मादी वाढत्या प्रवाहात स्थिर होण्याचा प्रयत्न करीत होती. तिला धीर देत नर भोवती घुटमळत होता.

काळोख पडला. वाढत्या पाण्यानं नवी वाट शोधली. सारे मासे त्या वाटेने जात होते. त्यातच ती मादी मिसळली. उथळ पाण्यातून जाताना पोटाला वाळू घासत होती. माशांच्या झुंडीतून तीही पुढे रेटली जात होती. जलाशयात ती घुसताच नव्या पाण्याची जाणीव तिला झाली. पाणी बरंच शांत होतं. त्या स्थिरतेनं तिला बरं वाटलं. निवांत जागा मिळताच ती स्थिरावली. या धावपळीतून खूप थकवा आला होता. डोळ्यांवर झोप उतरत होती. राहून राहून नराची आठवण येत हाती.

तो नवा डोह केवढातरी मोठा हाता. उजाडल्यापासून मादी नराला शोधत होती. अचानक मादीला नराचं दर्शन झालं. दोघांची नजर एकमेकांना भिडली. नर झेपावला. या मीलनाचा आनंद निराळाच होता. अंगाला अंग घाशीत, एकमेकांभोवती फेऱ्या घेत बराच वेळ ती दोघं फिरत हाती. आजूबाजूच्या माशांचं भानही त्यांना नव्हतं.

त्या डोहात अनेक गोजळांचे नर होते. धीर करून त्यातले काही मादीजवळ येण्याचा प्रयत्न करीत होते. त्यांची नजर पाहून तिला गंमत वाटे. नर त्यांच्यावर तुटून पडे, त्यांना दूर घालवी. हे सारं शांत नजरेनं मादी पाहत होती. त्यात तिला समाधान वाटत होतं. दिवसागणिक तिच्या पोटातलं ओझं वाढत होतं.

नवा पाऊस, नवं पाणी यांची सवय आता तिला झाली होती. असा प्रवास चालू असतानाच पावसानं अखंड धार धरली. दिवस उलटले, तरी पाऊस थांबला नाही. पावसाळा सुरू झाला होता. आकाश ढगांनी सदैव व्यापलं होतं. नदीचं पात्र भरून खळाळू लागलं. त्या तांबड्या पाण्यात कुठेच विसाव्याला जागा राहिली नाही. साऱ्या खबदाडी, नदीकाठचे खडक, शेरणीची मुळं, कुठे म्हणून निवांत जागा नव्हती. मादी बेचैन बनली. आता पोटातलं ओझं कुठंतरी शांत पाण्यात सोडायला हवं होतं. ती जागा गाठायला हवी होती.

शांत पाणी प्रवाहाबरोबर पोहून मिळणार नव्हतं. प्रवाहाच्या उलट तिचा प्रवास सुरू झाला. त्याच प्रवासात तिला ती जागा सापडणार होती.

पाऊस वाढत होता. प्रवाहाचा वेगही जाणवत होता, पण आता मादीला थकवा नव्हता. तिला आता फार दिवसांची उसंत नव्हती. तेवढ्यात ते ठिकाण तिला गाठणं आवश्यक होतं. खडकावरून झेपावताना तिचं अंग खरचटत होतं. धारेवरून चढताना ती कोसळत होती. पुन्हा चढत होती. वाढता पाऊस, वेगानं तोंडावर येणारं पाणी, वाढती लाट... कशाचा विचार तिच्या मनाला शिवत नव्हता. तिच्यासारख्या असंख्य मासोळ्या पोटातल्या ओझ्यासाठी शांत पाण्याच्या शोधार्थ धारेवर चढत होत्या.

नदीच्या पात्रानं आपले तास केव्हाच ओलांडले होते. साऱ्या शिवारात ते तांबडं पाणी पसरलं होतं. त्या पाण्याबरोबर वाट गाठीत मादी शिवारातल्या भाताच्या शेतात उतरली. पाणी उबदार, शांत, नितळ होतं. साऱ्या श्रमांचं सार्थक झाल्याचं समाधान मादीला वाटत होतं. त्या भाताच्या शेतात मासे उतरत होते. त्यांच्याकडे पाहत मादी विसावा घेत होती.

अचानक मादीच्या शेपटाला कुणीतरी घासून गेलं. मादीनं वळून पाहिलं. तो काळ्याभोर पाठीचा मासा दूर जात होता. त्याला पाहून तिला आनंद झाला.

त्याच्या अपेक्षेप्रमाणे मागून धावावं असं तिला वाटलंही; पण आता ते नकोसं झालं होतं. ती तशीच बघत राहिली. तो नर परत वळला. तो मादीजवळ आला. तिच्या तोंडासमोर येऊन तो स्थिरावला. त्या नजरेत केवढं समाधान होतं! स्थिरावल्या जागीच त्यानं मादीसमोर वळण घेतलं. क्षणभर त्याचं पांढरं, नितळ पोट दिसलं आणि परत आपले कल्ले फडकावीत तो मादीसमोर स्थिर झाला. ते पाहून मादीला आनंद झाला. ती निर्धास्त बनली. आता तिला फार दिवस वाट पाहावी लागणार नव्हती.

शेताच्या कडेला असलेल्या एका शांत जागेत मादीने अंड्यांची जाळी चिकटवली. पोटातलं ओझं सरल्यापासून मादीला केवढंतरी हलकं वाटत होतं. त्या अंड्यांच्या जाळीभोवती फिरत असता ती भक्ष्य शोधीत होती. नर मात्र दिवसेंदिवस अस्वस्थ होत होता. मादी नराला इतर माशांबरोबरच जाळीकडं फिरकू देत नव्हती. त्या शेतात तशा अनेक अंड्यांच्या जाळ्या राखल्या जात होत्या.

अंड्यांतून बाहेर आलेलं ते इवलंसं जीवन त्या उथळ पाण्यावर बचबचू लागलं. मादी डोळ्यांत प्राण आणून त्यांच्याभोवती फिरत होती. जरा काठ सोडून ती पिलं आत घुसली, तरी आपल्या शेपटीनं त्यांना परत निवाऱ्याला आणत होती. आता नर चुकूनही त्या बाजूला येऊ शकत नव्हता. मादी त्याच्यावर तुटून पडत होती. त्या वागण्यानं नर वैतागून गेला होता.

हळूहळू पाऊस कमी झाला. उन्हाचे किरण पाण्यावर पडू लागले. त्या पिलांना आता आकार आला होता. शेपट्या वळवीत ती अन्न शोधू लागली होती. वाढत्या दिवसांबरोबर ती खेळू-बागडू लागली. आता नर जवळ आला तरी चालत होतं. दोघं समाधानानं त्या पिलांच्या कळपाबरोबर शेतातून फिरत होते. साऱ्या शेतांत तसे अनेक कळप फिरत होते.

शेतातलं पाणी कमी होऊ लागलं. नदीचं पसरलेलं पात्र पुन्हा तासात आलं. शिवारातलं पाणी नदीकडे धावत होतं. हळूहळू एकएक कळप नदीकडे जात होता. आता उसंत घेऊन जमणारं नव्हतं. खेळणाऱ्या पिलांच्या कळपाला वळवीत नर-मादी नेत होते. शेतातून नदीकडे जाणारे प्रवाह गाठण्याचा प्रयत्न करीत होते. मादी समाधानानं त्या खेळकर समूहाकडे पाहत होती.

अचानक मादीचं मन भीतीने व्याकूळ झालं. तिनं पाहिलं की, आकाशातून एक बगळ्यांचा कळप शेतात उतरत होता. पांढरीशुभ्र हेलकावणारी पंखे शेतावर स्थिरावत होती. मादीनं आजूबाजूला पाहिलं. साऱ्या शेतात एकच काहूर माजलं होतं. मासळ्या उडत होत्या. नीट, लांब चोचींनी टिपल्या जात होत्या. मादीनं मागे पाहिलं. शेताबाहेर पडणाऱ्या प्रवाहात तिच्या पिलांचा

कळप मिसळत होता. क्षणात त्या प्रवाहात तो कळप नाहीसा झाला. त्या दृश्यानं मादीला समाधान वाटलं. नरानं मादीकडे पाहिलं आणि तो पिलांपाठोपाठ दिसेनासा झाला. आनंदानं मादी वळली. त्या पिलांना आणि नराला गाठण्यासाठी तिने आपल्या शेपटीला हेलकावा दिला.

मादी पुढे सरकली, पण क्षणातच वाढत्या गतीला खीळ बसली. त्याच वेगाने मादी मागे सरकली. तिच्या समोरच जमिनीत उतरलेल्या पिवळ्या पायांवर तिचं लक्ष स्थिरावलं. भयभीत होऊन मादीनं वर पाहिलं. आकाशात ती बगळ्याची मान उंच चढली होती.

पिवळ्या, लांब चोचीच्या धारेवरून बगळ्याची शांत नजर तिच्यावर स्थिरावली होती!

सर्वत्र काळाकुट्ट अंधार पसरला होता. आकाशातलं तारांगण लख्ख दिसत होतं. मध्यरात्र उलटून गेली होती. माळरानावर खुरट्या गवतातून रानभोऱ्या चिमण्या आपल्या पंखांच्या उबाऱ्यात मुरगाळून शांतपणे बसल्या होत्या. टिटव्या एक पाय पोटाशी घेऊन दुसऱ्या पायावर पेंगत होत्या. माळावर असलेल्या रानात रातकिड्यांचा आवाज कमी होत होता. माळाच्या खाली दूरवर नदीकाठी वसलेलं गाव निपचित होतं. एखादी कुत्र्याची भोंक ती शांतता मोडत होती. त्या कुत्र्याच्या ओरडण्यानं उगीचच भ्यालेला एक कोल्हा आपली शेपटी पायात घालून भरभर चालत माळावर आला. माळावर येताच त्याची शेपटी फुलली. वाऱ्याच्या दिशेनं नाक वर करून त्यानं वारा हुंगला आणि मोठ्यानं हुके हूऽऽ असा आवाज केला. एकदोन वेळा साद दिल्यानंतर रानाच्या बाजूनं परत तसाच कोल्ह्याच्या ओरडण्याचा आवाज आला. कोल्ह्यानं दवात भिजलेलं आपलं अंग झाडलं आणि तो रानाच्या दिशेला जाऊ लागला.

रानात परत शांतता पसरली.

माळावरची फनसवड्याची खुरटी झुडपं पडणाऱ्या दवाचे थेंब झेलीत उभी होती. एका झुडपाच्या दाटणीत असलेल्या बिळाच्या तोंडाशी बसलेला ससा ती शांतता निरखीत होता. एकदा तो माळरानावरून चक्कर मारून आला होता. रानावरून पळत गेलेल्या श्वापदांच्या भीतीनं धावत जाऊन त्यानं आपला निवारा परत शोधला होता.

ससा सावकाश झुडपाच्या बाहेर आला. गवताच्या पात्यांवर पडलेले थेंब त्यानं चाटले. दोन शेंडे खुडून, चघळत तो तसाच बसून राहिला. स्वच्छ काळोख पडला होता. हवेत गारवा होता. सगळीकडे संपूर्ण शांतता नांदत होती. ससा खुशीत आला. त्याचे कान उभारले गेले. खुरटी शेपटी फडफडली.

अंधारातून उजेडाकडे

मोठ्या आनंदानं दोन पायांवर बसून त्यानं आपले कान खाजवले आणि टुणटुण चार उड्या मारीत तो माळावर आला.

ससा गवत खात होता, समाधानानं चरत होता.

एकदम सशाचे कान त्याच्या अंगाबरोबर परतले. सशासमोर काहीतरी टपकन पडलं. साक्षात भीती मनात उभी राहिली. धडधडत्या मनानं धीर करून त्यानं पाहिलं. गवतावर एक बेडकी उतरली होती. सशानं निःश्वास सोडला. बेडकीनं दुसरी उडी घेतली आणि गवतात ती दिसेनाशी झाली. सशानं आपल्या पायाने आपल्या मिशा पुसल्या. परत कान उभे राहिले. ससा परत चरू लागला, पण त्याचं मन त्या चरण्यात नव्हतं. गावापासून दूर, माळरानाखाली उगवलेलं गवत चांगलं होतं. कोवळं ! हिरवंगार !

त्या गवताच्या आठवणीनं ससा आनंदला. त्यानं एकदा आकाशाकडं पाहिलं. आजूबाजूचा कानोसा घेतला. वारासुद्धा झोपी गेला होता. काही अंतर उड्या घेत ससा जात होता. क्षणाक्षणाला त्याचं मन अधीर होत होतं. एकदम तो वाकड्यातिकड्या गतीनं धावू लागला. वाट सरावाची होती. धावताधावता तो अचानक थांबला. त्याच जागी स्वस्थ बसून राहिला. पळाल्यामुळे त्याच्याच छातीची धडधड त्याला ऐकू येत होती. दुसरा कसला आवाज त्याला ऐकू येत नव्हता. ससा गवत खात तिथेच फिरू लागला.

एकदम सशाला त्या गवताची परत आठवण झाली. ते हिरवं, कोवळं, चवदार गवत! तोंडात घेतलं की, थोड्याच वेळात विरघळून जाणारं! ससा धावत सुटला. वेडीवाकडी वळणं घेत घेत नांगरलेल्या शेतात तो उतरला. त्यानं आजूबाजूचा कानोसा घेतला आणि शेताच्या कोपऱ्यात असलेल्या त्या गवताकडे तो निघाला.

ते कोवळं, हिरवंशार गवत पडणाऱ्या दवात उभं होतं. सशानं त्या गवताची पानं चाटली. दोनचार घास घेतले. समाधानानं तो रवंथ करीत होता. गवताची गोड चव घशात उतरत होती.

एकदम सशाने आपलं अंग चोरलं. त्या गवतात तो निश्चल बसून राहिला. एक मोठा प्रकाशझोत गवतासकट त्याच्या अंगावरून फिरून गेला होता; पण कुठं कसलाच आवाज ऐकू येत नव्हता. हळूहळू सशाचे कान उभे राहिले. गवतात उभं राहून त्यानं पाहिलं. सगळीकडे काळोख दिसत होता.

'मग तो उजेड कसला? कुठून आला?'

सशाची भीती मोडली. तो परत चरू लागला. सुखानं, समाधानानं; पण

फार काळ त्याचं समाधान टिकलं नाही. त्याच्या समोरचं गवत एकदम प्रकाशमान झालं. त्या उजेडात गवताचं पातन् पातं दिसत होतं. सशाची लांब सावली त्या गवतावर पडली होती. सशानं एकदम तोंड फिरवलं. त्या प्रकाशझोतानं त्याचे डोळे दिपले. सारं अंग थिजून गेलं. काही क्षणातच परत तो उजेड नाहीसा झाला. सशाचं उभं शरीर भीतीनं थरारलं. तो मटकन गवतात बसला. बसल्याजागी धापत त्यानं आजूबाजूला पाहिलं. कोणी दिसत नव्हतं. काही ऐकू येत नव्हतं.

'हा प्रकाश कसला? दिवस उगवला, तर मध्येच कसा बंद होईल? हा दिवस नव्हे. हे काहीतरी निराळंच आहे!'

सशानं खूप पाहिलं, पण त्या प्रकाशाचं कोडं त्याला उलगडलं नाही.

'असेना का काहीतरी!'

प्रकाशाचा विचार सोडून तो अंधारात चरू लागला आणि एकदम तो उजेड गवतावर फाकला. सशानं मागे पाहिलं नाही. काही वेळानं तो उजेड परत नाहीसा झाला. तसं घडणार हे त्याला माहीत झालं होतं. कट्ट असा आवाज झाला. ससा त्या आवाजाने दचकला. त्यानं भीतीनं वळून पाहिलं. कोणी दिसत नव्हतं. कसलीही जाग लागत नव्हती. 'मग तो आवाज कसला? काटकी मोडल्यासारखा! आणि तो प्रकाश कुठे गेला?'

'काही असलं, तरी तो उजेड खास चांगला आहे. त्यात गवत कसं उजाळून निघतं! गवताचं पातन् पातं दिसतं; दवाच्या थेंबांसकट. असा उजेड रानावर दररोज असता तर! मग भीती वाटली नसती. दूरचंसुद्धा दिसलं असतं; दिवसासारखं!'

सारी भीती सोडून ससा चरू लागला आणि थोडा वेळ जाताच सशाच्या मनासारखं घडलं. सारं गवत गोल उजेडात चमकू लागलं. त्या उजेडात ससा निवडक पाती भरभर खात होता. सशाची सावली गवतावर नाचत होती. प्रकाशगोल मोठा मोठा होत होता. धीटपणे ससा वळला. दोन पायांवर बसून, आपले लांब उभे कान पुढच्या पायांनी खाजवत तो प्रकाशगोल न्याहाळण्याचा प्रयत्न करीत होता. त्या उजेडानं त्याला भारून टाकलं होतं.

"धाऽडऽऽ"

कानठळ्या बसवणाऱ्या आवाजाबरोबर एक जीवघेणी वेदना सशाचं काळीज पोखरून गेली. बसल्या जागेवरून तो आकाशात उसळला.

ससा गवतावर पडला, तेव्हा त्यानं अखेरचं पाहिलं, त्या प्रकाशात तांबडंभोर गवत चमकत होतं. ते पाहत असतानाच त्याचे डोळे मिटले गेले.

/

वळवाच्या पावसाची सर जशी अचानक आली, तशीच ती अचानक थांबली. वारा वाहू लागला. साऱ्या जंगलावर मातीचा सुगंध दरवळला. ढग विरळ होऊ लागले आणि बघताबघता पश्चिमेच्या डोंगरावर कललेल्या सूर्याचे किरण जंगलावर फाकले. पावसाच्या सरीने झाडांच्या आडोशात शिरलेली गुराखी पोरं ओरडत बाहेर आली आणि जनावरं जंगलाबाहेर पडली. जंगलाच्या पायथ्याला लागूनच गेलेला रस्ता ओलांडून जनावरं नदीकाठाला वसलेल्या गावाकडे चालू लागली. जनावरं रस्त्यापलीकडल्या झाडीत दिसेनाशी झाली, तरी त्यांचं हंबरणं बराच वेळ जंगलात ऐकू येत होतं.

त्या पावसाच्या सरीने सारं जंगल हिरवंगार दिसत होतं. संध्याकाळची शेवटची पिवळी किरणं पानापानांतून चमकत होती. रानात पसरलेले पक्षी आपापले कळप करून झाडांवर किलबिलाट करीत होते. एखादा-दुसरा जंगलात राहिलेला प्रवासी पायवाटेने झपझप जंगलातून उतरत होता. हळूहळू जंगलात शांतता पसरत होती.

जंगलात शांतता पसरली, तशा रानकोंबड्या बाहेर पडल्या. गवतावर टोची मारत मारत त्या फिरू लागल्या. त्यांचे आवाज फुटू लागले. त्याच वेळी आपला पिसारा सावरीत जाळीआडून मोर बाहेर आला. त्याच्या पाठोपाठ तीन-चार लांडोऱ्या चारपाच पिलांसह बाहेर पडल्या. तकाकणारी निळी छाती पुढे काढून आपले एकएक पिवळे पाऊल टाकीत मोर पुढे सरकत होता. प्रत्येक पाऊल टाकत असताना तो मान वेळावून आजूबाजूला पाहत होता. लांडोऱ्या आणि पिले त्याच्यामागून चरत जात होती. एका मोकळ्या जागेत मोर थबकला आणि क्षणात त्यानं आपला पिसारा फुलवला. 'थर्ऽ' असा आवाज करीत तो पिसारा त्याच्या अंगाबरोबर फिरत होता. सूर्यकिरण त्याच्या पिसाऱ्यावर ठरत नव्हते. अचानक मोर कशानंतरी बिथरला. त्याचा पिसारा मिटला गेला. 'म्यॅओऽ' असा आवाज काढून तो उडाला. पाठोपाठ दचकलेल्या लांडोऱ्या

सुटका

फडफडल्या. क्षणात ती जागा मोकळी पडली आणि त्या जागेत ल्हावऱ्यांचा कळप शिरला. जमिनीबरोबर द्रुतगतीने सरपटत त्या पुढे जात होत्या. त्याही जाळीत दिसेनाशा झाल्या, तेव्हा सूर्य मावळला होता.

जंगलावर हळूहळू रात्र पसरत होती. सारं जंगल शांत होतं. जंगलाच्या पायथ्याखालून जाणाऱ्या रस्त्यावरची रहदारी कमी होत होती. रस्त्यापलीकडल्या झाडीतून गेलेला नदीचा रुपेरी पट्टा नजरेत भरत होता. अंधार जसा पसरू लागला, तसा एक एक रातकिडा किरकिरू लागला. बघता बघता जंगलावर रात्र पडली आणि रातकिड्यांचा अखंड नाद जंगलावर उमटू लागला. झाडाझाडांतून काजव्यांचे पुंजके चकाकू लागले. आकाशात चांदण्या चमकू लागल्या. पडलेल्या पावसाचा मागमूसही आकाशात नव्हता. चंद्र वर आला आणि सारं जंगल चांदण्यात न्हाऊन निघालं.

जंगलात रातकिड्यांचा आवाज वाढत होता. कुठेतरी पक्षी आर्त आवाजात घुमत होता. मोर झाडावर अंग सावरून, डोळे मिटून पेंगत हाता. जंगलाच्या भूमीवर चांदण्यांच्या सावल्यांनी रांगोळ्या मारल्या होत्या. रातकिड्यांचा आवाज असूनही त्या आवाजाची सवय झाल्याने सारं जंगल कसं भयाण वाटत होतं.

काहीतरी खसफसलं. पायवाटेनं एक कोल्हा दबकत पुढे येत होता. क्षणाक्षणाला तो दबकत होता. जमीन हुंगत होता. आपलं चिंचोळं तोंड उंचावून कसलातरी वास घेत तो पावलं टाकीत होता. पायाखाली काटकी जरी मोडली, तरी तो भेदरत होता आणि फुलवलेली शेपटी क्षणात पायात घालत होता. एके ठिकाणी तो कोल्हा थांबला. त्यानं जागा हुंगली आणि आकशाकडे तोंड करून 'हुऽकेऽहूंऽऽहूऽऽ' असा दीर्घ आवाज दिला. तो आवाज देत असताना त्याची मान वर-खाली होत होती. तो आवाज क्षणभर जंगलावर रोंगाळला.कान टवकारून कोल्हा कानोसा घेत होता. कुठूनतरी तसलाच आवाज आला. नदीकाठानं, शिवारातून तसलेच आवाज उठले. ते आवाज ऐकताच कोल्ह्यानं आपली गती वाढवली. टिप्पूर चांदण्यात तो रस्त्यापर्यंत पोहोचला. थोडा वेळ थांबून त्यानं कानोसा घेतला आणि झटकन रस्ता पार करून तो पलीकडच्या झाडीत घुसला.

दिवसभराच्या उन्हाच्या तावानं जंगलातल्या साऱ्या जनावरांचे प्राण तहानेनं व्याकूळलेले होते. नदी हेच त्यांचं पाण्याचं ठिकाण होतं. रात्र होताच आपापल्या जागेतून एक एक जनावर जंगल उतरत होतं. दिवसभर जाळीत

बसून मोडलेली अंगं मोकळी करून ती पाण्यासाठी जात होती.

पावसाच्या थेंबांनी माती फुलली होती. तिच्या सुगंधाने वेडावलेला एक भला मोठा नाग 'फुस' असा आवाज काढीत त्या मातीत आपलं अंगं घोळवीत होता. त्याचं पिवळेधमक अंगं चंद्रकिरणांत चकाकत होतं. क्षणाक्षणाला त्याच्या अंगाची हालचाल होत होती. मध्येच त्याचं घोळणं थांबलं. त्यानं आपली फडी उभारली. फडी वळवत त्यानं आजूबाजूला नजर टाकली. त्याची दृष्टी जवळच्या हिरवळीवर उडी मारणाऱ्या बेडकावर पडली. काळ्या रंगाचा तो बेडूक उड्या मारत हिरवळीवर बागडत होता. त्या बेडकाला पाहताच नागानं 'सस्स' असा आवाज केला आणि आपली फडी मिटवून उभारलेलं मस्तक जमिनीला टेकलं. आपल्या जिभा चाटत तो बेडकाच्या दिशेने सरपटू लागला. वळणं घेत घेत तो पुढे झेपावत होता. बेडकाला नागाची चाहूलही नव्हती. क्षणाक्षणाला बेडकातलं आणि नागातलं अंतर कमी होत होतं. हिरवळीवर उड्या मारणाऱ्या बेडकाच्या ते ध्यानी आलं, तेव्हा फार उशीर झाला होता. बेडकानं एक जोराची उडी घेतली. असेल-नसेल ते बळ खर्चून दुसरी झेप घेतली; पण तिसरी उडी पडली आणि तो तिथेच पडून राहिला. पुढे येणाऱ्या नागाकडे तो थंड नजरेनं पाहत होता. जवळच्या वडाच्या ढोलीतून त्याच वेळी एक घुबड बाहेर पडलं. ते बाहेर येताच झाडावरची वाघळं चीत्कार करीत चारी दिशांना उडाली आणि फांदीवर बसून अंग साफ करणाऱ्या घुबडानं 'घुक्' असा आवाज केला. त्या आवाजासरशी नागाची गती एकदम थांबली. त्यानं मागे वळून पाहिलं आणि द्रुतवेगानं तो घाणेरीच्या जाळीत दिसेनासा झाला. नाग गेला, तरी बराच वेळ बेडूक तिथेच पडून होता.

उंबराच्या झाडाखाली उंबरांचा खच पडला होता. झाडावर वटवाघळं उंबरं खात होती. त्यांच्या अचानक आगमनामुळं झाडावर झोपलेली माकडं चीत्कार करीत होती. बराच वेळ झाडावर वाघळं रमली आणि उंबरं मनसोक्त खाऊन मग चारी दिशांना फाकली.

मध्यरात्र उलटून गेली होती. चंद्र जंगलावर आला होता. जंगलात डांगळ ओरडत होते. त्या उंबराच्या झाडाखाली येऊन दोन भेकरं पडलेल्या उंबरांवर ताव मारू लागली. निर्धास्तपणे उंबरं खात असताना अचानक ती दचकली. त्यांनी शेपट्या उभारल्या आणि ती दिसेनाशी झाली. थोड्याच वेळात त्यांच्या जागी एक डांगळ उड्या मारत आला. त्याचं लांबसडक तोंड, पसरलेली शिंगं, अंगावरचे काळेपांढरे ठिपके चांदण्यात उठून दिसत होते. त्या डांगळापाठोपाठ पाच-सहा चितळं तिथे आली. त्या माद्या निर्धास्तपणे उंबर हुंगून खात होत्या. जसजशी जास्त उंबरं त्या खात होत्या, तसतशी त्यांच्या घशाची कोरड वाढत होती. डांगळाचं लक्ष खाण्यात नव्हतं. तो एखादं उंबर खाई आणि क्षणात

मान वर करून आजूबाजूला पाही. माद्यांवरून नजर टाकी. बराच वेळ उड्या मारीत, आवाज करीत तो डांगळ आणि ती चितळं मग तिथे रमली. डांगळानं अचानक आपले कान ताठ केले, नाकपुड्या पसरल्या आणि मान वर करून त्यानं वास घेतला. त्याच्या टपोऱ्या डोळ्यांत भीती दिसत होती. त्या दचकलेल्या डांगळाकडे साऱ्या माद्या भयचकित मुद्रेनं पाहत होत्या. त्याही स्थिर झाल्या होत्या. डांगळाने 'मॅक' असा स्पष्ट आवाज केला आणि त्याबरोबर सारा कळप पुढे धावला. थोडं अंतर जंगल उतरताच त्यांची भीती कमी झाली आणि ती चितळं मग सावकाश जंगल उतरू लागली.

त्या उंबराखाली चितळांच्या पाठोपाठ जाळीतून तरस आलं. क्षणाक्षणाला ते हुंगत होतं. आपलं हिडीस आणि किळसवाणं तोंड उंचावून ते वास घेत होतं. त्याच्या खुरट्या केसांतले ठिपके चांदण्यात भेसूर दिसत होते. पुढच्या लांब आणि फेंगड्या पायांपेक्षा त्याचे पाठीमाचे पाय गिड्डे होते. खुरडत, फेंगडत चालत ते उंबर हुंगत होतं. चितळांच्या ताज्या लेड्यांचा त्यानं एकवार नाक फेंदारून वास घेतला आणि ज्या दिशेनं ती चितळं गेली, त्या दिशेनं ते हुंगत जाऊ लागलं.

चंद्र क्षितिजावर झुकला होता. हळूहळू विरळ धुकं पसरत होते. जंगलात पसरलेल्या, धुरकट दिसणाऱ्या असंख्य पायवाटांपैकी एका पायवाटेने एक डुकराची मादी आणि पाचसहा पिलं रेकत जंगल उतरत होती. पाण्यावर जाण्यासाठी ती अत्यंत आतुर झाली होती. वाटेत तोंडाला येईल ते चापलत ती मादी दुडक्या चालीनं पुढे जात होती. तिची पिलं ओरडत तिला गाठण्याचा प्रयत्न करीत पाठीमागून पळत होती.

सारी जनावरं रस्ता गाठेपर्यंत रमत-गमत जात; पण जसजसा रस्ता जवळ येई, तसतसे त्यांचे पाय थबकत. ती अस्वस्थ होत. एक एक पाऊल उचलत, कानोसा घेत, झाडांच्या आडोशानं ती रस्ता गाठत. रस्त्याच्या कडेला काही क्षण रेंगाळत. मग रस्त्याच्या पलीकडच्या झाडीतून जाणाऱ्या नदीच्या दिशेला पाहत आणि सर्व सुरक्षित वाटताच वेगानं रस्ता ओलांडून पलीकडच्या झाडीत दिसेनाशी होत. पाण्याकडे जाणारी ती जनावरं रस्ता पार करीत असताना रस्त्याच्या कडेला चरणारे ससे मात्र गोंधळून इकडेतिकडे धावत.

कोल्ही, तरसं बिचकत बिचकत रस्ता पार करून गेली. चितळांनी दोन उड्यांत रस्ता पार केला. डुकराची मादी बराच वेळ रस्ता निरखत जाळीत थांबली आणि मुसंडी मारून ती आणि तिची पिलं रेघ ओढल्यासारखी सरळ

रेषेत रस्ता ओलांडून पलीकडच्या झाडीत घुसली.

भल्या पहाटेपर्यंत सारी जनावरं नदीवर पाण्याला उतरली. जंगलात अद्यापही रमलेलं एखादं जनावर गडबडीनं पायवाटेनं सरसरत जाई. तेवढीच जाग जंगलात राहिली होती.

अचानक नदीकाठावरून पाठोपाठ दोन बार झाले.

त्या शांत वातावरणात ते बार केवढ्यानेतरी घुमले. रातकिडे क्षणभर थांबले. साऱ्या रानावर ती स्तब्धता पसरली. त्या क्षणानंतर परत रातकिडे किरकिरू लागले, रस्त्यापलीकडच्या झाडीत खसफसले; आणि त्या लांबरुंद रस्त्यावरून भेकरं, चितळं, डुकरं जंगलाकडे भरारा धावू लागली. कोल्ही सारखी मागं वळून पाहत पुढे धावत होती.

जंगलात आतवर शिरेपर्यंत त्या जनावरांच्या जिवात जीव नव्हता. जेव्हा ती शांत झाली, तेव्हा त्यांच्या डोळ्यांत पहाटेचा प्रकाश भरला. त्यांची ठिकाणं अद्यापी दूर होती. किरणांनी त्यांना गाठायच्या आत त्यांना आपापली ठिकाणं गाठायची होती. त्यांनी परत आपली गती वाढवली. आपापल्या वाटेनं ती झरझर पुढं जात होती. जंगलात अगदी वर, झाडीतल्या खबदाडीत ती डुकराची मादी शिरली. राडीनं तिचं अंग माखलं होतं. तिच्या पाठोपाठ पिलं केकाटत, शेपट्या हलवत त्या खबदाडीत घुसली आणि आपल्या आईच्या धडपडणाऱ्या शरीराला झोंबू लागली.

जंगलाच्या टापूवर करवंदीच्या जाळ्यांतून चितळं विसावली. जाळीखाली पाय मोडून ती रवंथ करीत बसली, तरी त्यांचे कान कानोसा घेतच होते. पानांतून ठिबकणारे धुक्याचे थेंब त्यांच्या अंगावर पडत होते. त्या थेंबांनी त्यांची अंगे शहारत होती.

कोल्ही, तरसं आपापल्या घळणीत विसावली. वाघळे झाडावर लटकली होती. वडाच्या ढोलीत घुबड शिरलं होतं. ससे बिळाबाहेर तोंड काढून समोरच्या गवतावर पडणाऱ्या दवाकडे पाहत होते. रातकिड्यांचा आवाज कमी कमी होत होता. आकाशात चंद्र पांढरा पडला होता. साऱ्या जंगलावर पहाटेचा प्रकाश फाकत होता.

एका बोडक्या झाडावर उभं राहून एका रानकोंबड्याने आपला तुरा फुलवून बांगदिली. कुठूनतरी लाकूड तोडण्याचा 'खाट् खाट्ट' असा आवाज जंगलात उठू लागला...

– आणि तिथून माणसांचा दिवस सुरू झाला!

/

बाभळीच्या कापूस-सावलीखाली ते काळं हरीण धावत होतं. त्याच्या नाकपुड्या रुंदावल्या होत्या. उभे, पाखरलेले कान आवाजाचा शोध घेत होते. वळं घेत निमुळती बनलेली टोकदार शिंगं मानेबरोबर थरथरत होती. आपल्या टपोऱ्या डोळ्यांनी तो काळा समोरचा मुलूख न्याहाळत होता. तहानेनं त्याचा घसा कोरडा पडला होता. दूरवर पाणी तसंच दिसत होतं.

चारी बाजूंना काळंभोर शिवार उन्हात तापत होतं. आग पाखडल्यासारखं ऊन पसरलं होतं. कुठेतरी बांधावर पोपटी बाभळ नजरेत खुपत होती. बाकी सारं रान उजाड, भकास दिसत होतं. त्या काळ्याने चारी बाजूला मान फिरवून पाहिलं; काही नव्हतं. कुठे एक हरीणही दिसत नव्हतं.

"सारे गेले कुठे?"

केवढा मोठा कळप होता! काळ्यानं 'म्यॅक्' असा आवाज टाकला की, बदामी रंगाच्या साऱ्या माद्या चरता चरता घास सोडून त्याच्याकडे बघायच्या. काळ्यानं झेप घेतली की, मागे न पाहताही त्याला सारा कळप मागून धावताना कळायचा.

आणि एके दिवशी तो जन्माला आला. त्याचं अंग चाटून काळ्यानं त्याचं कौतुक केलं.

आड रानातनं, सुरक्षित जागेतनं काळा कळप घेऊन फिरू लागला. तो मोठा होत होता. साऱ्या कळपात त्याचं कौतुक होत होतं. काळा पळत सुटला की, तो पळत सुटे. काळ्याबरोबर धावायचा प्रयत्न करी. मग काळ्याला त्याची कीव येई. तो नकळत आपली धाव आवरी. काळ्याला गाठल्याचा त्याला कोण आनंद होई! आणि मग धावून धपावलेल्या त्याला काळा गोंजारी.

हळूहळू त्याचा रंग तकाकू लागला. गेळांतून शिंगं उमटू लागली. पक्की शिंगं आली. आता तो काळ्याच्याच उंचीचा झाला होता. कळप उधळला, तर तो बघताबघता काळ्याच्या पुढे निघून जाई. अलगद लांब उड्या घेत

मृगजळ

दौडणारं त्याचं रूप काळा कौतुकानं पाहायचा, पण ते कौतुक फार दिवस टिकलं नाही. काळ्याची नजर चुकवून तो माद्यांशी लगट करताना दिसू लागला. काळ्यानं नाराजी दाखवली, तर उलट शिंगं दाखवू लागला. खुरानं माती उधळू लागला. एकदोन वेळा त्यानं शिंगाला शिंग भिडवलंही. त्याची ताकद काळ्याला प्रथमच जाणवली. काळ्याचे पाय मागे सरकत होते. नकळत काळ्याला त्याची भीती वाटू लागली.

भीती!

त्या पोरट्याची!!

काळ्याच्या डोळ्यासमोरून ते चित्र जात नव्हतं. शेजारच्या बाभळीच्या खडबडीत बुंध्याला तो त्वेषानं मान घासत होता. शिंगे खोडाला बडवत होती. त्याचा उठणारा खटखट आवाज कानावर येत होता.

'खाढऽऽखट्'

काळा त्वेषानं त्याच्यावर तुटून पडला, पण त्याचं बळ टिकत नव्हतं. साऱ्या माद्या ती झुंज पाहत होत्या. आता सुटका नव्हती. हळूहळू काळ्याची ताकद कमी पडू लागली. पायांचं बळ सरू लागलं. तो अंगाला भिडला की, लोट आल्यासारखा भिडायचा. शिंगातनं कळ उठायची. मान रग लागण्याइतकी कलती व्हायची. काळ्याचे पाय सरकू लागले. संतापाने थरथरत असतानाच काळा सावरण्याआधीच त्यानं धडक दिली. शिंगांत शिंगं अडकली. मान कलती होत होती. मानेची रग काळ्याला असह्य झाली. काळा केव्हा पडला, तेही त्याला कळलं नाही. धडपडत उठत असतानाच काळ्याला दुसरी धडक बसली. काळा फेकला गेला. काळा कसाबसा उठला आणि मागं न पाहता धावत सुटला. बराच काळ तो तसाच धावला. शेवटी धापावत तो उभा राहिला.

त्यानं मागं वळून बघितलं. बदामी हरणांचा कळप झेपावत दूर जात होता. हिरव्या रानावरून उड्या घेत जाणाऱ्या त्या कळपापुढे तो जात होता. काळा ते पाहत होता. त्या नजरेत एकटा पडल्याचं दुःख होतं; पण सुटकेचा आनंदही होता.

मानेतनं उठणाऱ्या वेदनेनं काळा भानावर आला. बाभळीच्या खोडाच्या साली उचकटल्या होत्या. मानेची सालटी गेली होती. काळ्यानं मान बाजूला घेतली. घशाची कोरड वाढली होती. तापत्या जमिनीतून उठणारा उबारा श्वासातून जाणवत होता. काळ्यानं आपली नजर परत पाण्यावर स्थिरावली.

दूरवर पांढराशुभ्र जलाशय दिसत होता. काठावरच्या बाभळीच्या सावल्या त्या पाण्यावर झरझरत होत्या. चारी बाजूला उजाड मुलूख असताना समोर

उमटलेला तो जलाशय काळा डोळे भरून पाहत होता. पाणी तसं दूर नव्हतं.

त्या तलावाच्या दर्शनानं काळ्याच्या पायांना परत बळ आलं. धापावलेलं शरीर क्षणभर स्थिरावलं आणि दीर्घ श्वास घेऊन काळ्यानं झेप घेतली. तापल्या काळवटीवरून काळा पळत होता. पळता पळता तो भर उन्हात थांबला. ओठांतून बाहेर पडणार फेस त्यानं आपल्याच जिभेनं चाटला. जलाशयाचं पाणी तसंच त्याच्या डोळ्यांसमोर खेळत होतं.

तेवढ्याच अंतरावर.

काळ्याने आवंढा गिळला.

'पायात बळ आहे तोवरच ते पाणी गाठायला हवं. ते पाणी जवळ येताच गार वारा नाकात शिरेल. तो वास हुंगत पाणी गाठलं जाईल. पावलांना पाण्याचा स्पर्श होताच साऱ्या अंगावरून शिरशिरी तरळून जाईल. त्या निर्मळ पाण्यात डोकावताच आपलं प्रतिबिंब डोळ्यांना दिसेल. ते न्याहाळत, पाण्याला तोंड लावून ते गार पाणी जिभेवर खेळवत पिता येईल. गार रेघ ओढावी तसं ते पाणी पोटात शिरेल. खूप पाणी पिऊन झाल्यावर जिवाला थंडावा लाभेल. मग त्या पाण्यात अंग झोकून देऊन, तापलं शरीर शांत करता येईल. फार दिवसांत ते सुख भोगलं नाही.

'एकाकी जगण्याला पाण्याचीसुद्धा सोबत मिळू नये!'

काळा भानावर आला. भर उन्हाच्या रखरखाटात तो उभा होता. त्यानं निश्चयानं झेप घेतली, पण काळ्याच्या पळीचा वेग मंदावत होता. ते त्याच्या ध्यानी येत होतं. त्याची नजर पाण्यावर स्थिरावत होती. ती नजर तशीच ठेवून तो धावत होता; पण पाणी जवळ येत नव्हतं. एवढ्या पळण्यात ते पाणी गाठता यायला हवं होतं. ते पाणी असं दूर का जात होतं?

काळ्याची पावलं अडखळू लागली होती. उडी घेऊनही पावलं जमिनीवर फरफटत होती. काळ्याची जीभ बाहेर आली होती. श्वास घेणं कठीण जात असतानाच काळा उभ्याउभ्याच जमिनीवर कोसळला. उठण्याची धडपड करूनही त्याला उठता येत नव्हतं. साऱ्या अंगातून घाम सुटला होता. आकाशात सूर्य तळपत होता. काळ्याच्या डोळ्यांत ते तेज मावत नव्हतं. जमिनीचा कढ त्याचं अंग पोळवत होता. पडल्या जागेवरून त्याची दृष्टी जलाशयावर स्थिरावली.

जलाशय नजरेत भरत होता. ती बाभळीची झाडं पाण्यात उतरली होती. पाण्याच्या लाटेवर ती पोहत होती. तो तलाव हळूहळू पसरू लागला. त्याचं रूप बदलत होतं. बघता बघता त्या जलाशयातून एक हिरवीगार टेकडी उंचावली. जलाशयाच्या पैलतीरावर उंचवलेल्या त्या टेकडीवरचं हिरवंगार गवत वाऱ्यावर सळसळत होतं. टेकडीच्या माथ्यावर एक बदामी हरिणी उभी होती.

एकटी. मागे वळून काळ्याकडे पाहत आपल्या शेपटीचा खुरटा झुपका ती नाचवीत होती. काळ्यानं आवाज दिला, पण ती जागा सोडून हलली नाही, धावली नाही. नक्कीच ती काळ्यासाठी थांबली होती. काळ्याने पाहता पाहता झेप घेतली. जलाशयावरून धावत जाऊन त्यानं टेकडी गाठली. अलगद उड्या घेत, सळसळणाऱ्या गवतातून तो टेकडी चढत होता. मादीपासून थोड्या अंतरावर तो थांबला. मादी त्याच्याकडं पाहत होती. काळ्यानं उगीचच गवताला तोंड लावलं. तो चरल्यासारखं करीत असता त्याला जवळ येणाऱ्या पावलांची जाण आली. आनंदानं त्याने मान वर केली. ती मादी त्याच्याजवळ उभी होती. भरल्या डोळ्यांनी ती त्याच्याकडं पाहत होती. काळ्याने मॅक् असा आवाज दिला आणि झेप घेतली. त्याच्याबरोबर मादी धावत होती. दोघांची अंगं एकमेकांना स्पर्शत होती. टेकडीवरच्या सूर्याकडे दोघे झेपावत जात होते!

काळा जमिनीवर पडला होता. त्याचे पाय त्या काळ्या जमिनीवर थडथडत होते. त्या नाजूक गेळांनी माती उधळली जात होती. त्याची जीभ माती चाटत होती. त्या तापल्या मातीची जाणीव काळ्याला राहिली नव्हती. त्याच्या नजरेला आता तो तलावही दिसत नव्हता. सूर्याच्या डोळ्यातून उठणाऱ्या शेकडो वलयांतून तो नुसता धावत होता!

नुसता धावत होता!

/

विविध घटनांमधून प्रेमभावनेची शोध घेणाऱ्या कथा

कमोदिनी

रणजित देसाई

कमोदिनी हा रणजित देसाई यांच्या दहा कथांचा संग्रह आहे.

मानवी जीवनात प्रेम ही एक महत्त्वाची भावना आहे. दोन व्यक्तींमध्ये काय नाते आहे त्याप्रमाणे या प्रेमाचे स्वरुप बदलते. पती-पत्नी, प्रियकर-प्रेयसी, गुरू-शिष्या अशा संबंधातच नाही; तर कोठीवर जाऊन प्रेम करण्याच्या संबंधातसुद्धा प्रेमाचे वेगळे कंगोरे दिसतात.

या संग्रहामधील बहुतेक कथा विविध घटनांमधून या भावनेचा शोध घेणाऱ्या आहेत.

कथेतील पात्रांच्या प्रभावी चित्रणातूनदेखील मानवी भावनांचा वेध घेतला जातो. 'अखेर' या कथेमध्ये स्वातंत्र्यवीर सावरकर यांच्या उत्कट देशभक्तीचा घेतलेला मागोवा हे याचेच उदाहरण आहे.

www.ingramcontent.com/pod-product-compliance
Lightning Source LLC
Chambersburg PA
CBHW070606180626
46817CB00005B/2020

* 9 7 8 8 1 7 1 6 1 9 4 4 3 *